கண்ணதாசன் கவிதைகள்

[முதலிரண்டு தொகுதிகள்]

கவிஞர்

கண்ணதாசன்

கண்ணதாசன் பதிப்பகம்

23, கண்ணதாசன் சாலை,
தியாகராய நகர்,
சென்னை-600017.
தொலைபேசி: 24332682
மதுரை ❖ கோவை ❖ பாண்டி ❖ வேலூர்

முதற் பதிப்பு	: ஜனவரி, 2012
ஏழாம் பதிப்பு	: டிசம்பர், 2022
எட்டாம் பதிப்பு	: ஜனவரி, 2024

Copyright © 2012 by Kannadhasan Pathippagham. All rights reserved

E-mail: sales@kannadasan.co.in
Our Website: www.kannadasan.co.in

பதிப்பாசிரியர் : காந்தி கண்ணதாசன்

எச்சரிக்கை

காப்பிரைட் சட்டத்தின்கீழ் பதிவு பெற்றுள்ள இந்நூலில் இருந்து எப்பகுதியையும் முன் அனுமதியின்றி பிரசுரிக்கக்கூடாது. தவறினால் சிவில், கிரிமினல் சட்டங்களின்படி நடவடிக்கை எடுக்கப்படும்.

- காந்தி கண்ணதாசன் பி.ஏ., பி.எல்.,

No part of this book may be reproduced or transmitted inany form or by any means electronic or mechanical including photocopying or recording or by any information storage and retrieval system without permission in writing from Gandhi Kannadhason, B.A., B.L., Chennai. Any violations of these conditions, legal action will be initiated in civil and criminal proceedings under the Copyright Act 1957.

Price Rs: **330/-**

KANNADHASAN KAVIDHAIGAL VOL.1 & 2 - Tamil
Selected Poems of Poet Laureate Kannadhasan

❖ Written By	: **POET LAUREATE KANNADHASAN**
❖ Eighth Edition	: Janurary 2024
❖ Publishing Editor	: **GANDHI KANNADHASAN**
❖ Published By	: Kannadhasan Pathippagham
	23, Kannadhasan Salai,
	Thiyagaraya Nagar, Chennai - 600 017.
	Ph: 044-24332682 / 8712 / 98848 22125

ISBN: 978-81-8402-621-4

Books available at :
- No. 1212, Range Gowder Street, Coimbatore - 641 001.
  Ph : 0422-4980023, Cell : 9884822139
- No. 1, Annai Complex, III Street, Vasantha Nagar,
  Madurai - 625 003. Ph : 0452-4243793, Cell: 9884822126
- No. 37, Bharathy Street, Puducherry - 605 001.
  Ph : 0413-4201202, Cell : 9884822128

Printed at : Kannadhasan Pathippagham, Chennai.

என்னுரை

என் இனிய நண்பர்களே!

1949லிருந்து பத்துப் பன்னிரண்டு ஆண்டுகள் நான் எழுதிய பலவகையான கவிதைகளின் தொகுப்பு இது.

எனது கவிதைகளின் முதல் தொகுப்பு 1957இல் வெளிவந்தது.

இதன் இரண்டாம் பதிப்புதான் இப்போது வருகிறது.

எனது கவிதைளின் இரண்டாம் தொகுப்பு 1958இல் வெளிவந்தது.

அதன் இரண்டாம் பதிப்பு இப்போது வருகிறது.

இப்போது உங்கள் கையிலிருப்பது முதல் தொகுப்பும் இரண்டாம் தொகுப்பும் சேர்ந்த ஒரு பதிப்பு.

அந்தந்தக் காலங்களில் நான் எழுதிய கவிதைகள் ஒன்றையும் விடாமல் என் தம்பி **இராம.கண்ணப்பன்** தொகுத்துத் தந்திருக்கிறான்.

தி.மு.கழகத்தில் இருந்தபோது நான் எழுதிய வெறித்தனமான கவிதைகள் அனைத்தும் இதில் அடக்கம்.

கவிஞன் ஒருவன் அரசியல்வாதியாகவும் இருந்தால் கவிதைக் கருத்துகள் எவ்வளவு முரண்படும் என்பதற்கு இந்தத் தொகுப்புகளே சான்று.

யார் யாரைப் போற்றியிருக்கிறேனோ, அவர்களைக் கேலி செய்தும் இருக்கிறேன்.

யார் யாரைக் கேலி செய்திருக்கிறேனோ, அவர்களைப் போற்றியும் இருக்கிறேன்.

இந்தத் தொகுப்பில் கழகத்தை விட்டு விலகுவதற்கு முன்னால் எழுதிய கவிதைகளே அதிகம்.

ஆகவே போற்றுதல் எந்தப் பக்கம் - தூற்றுதல் எந்தப் பக்கம் இருக்கும் என்பதை நீங்கள் கண்டு கொள்ளலாம்.

இந்தத் தொகுப்பில் கழகத்திலிருந்து விலகிய பிற்பாடு எழுதிய கவிதைகளே அதிகம்.

ஆகவே அது எப்படி இருக்கும் என்பதையும் விவரிக்கத் தேவையில்லை.

'இந்த நேரத்தில், இப்படி முரண்பட்ட தொகுதிகளை வெளியிட வேண்டிய அவசியமென்ன?' என்று நீங்கள் கேட்பீர்கள்.

கருத்து எதுவாயினும் கவிதை என்னுடையது.

எனக்குப் பிறகு என்னைப் பற்றி விமர்சனம் செய்வோர்க்கு என் எழுத்துகள் எல்லாம் கிடைக்க வேண்டும்.

கழகத்திலிருந்தபோது நான் நடத்திய அரசியல் சரியானதா, இப்போது நடத்துவது சரியானதா?

இதற்குப் பதில் சொல்ல வேண்டியது காலமே தவிர நான் அல்லன்.

எந்த நேரத்திலும் மிகைப்பட்ட உணர்ச்சியோடு நான் வாழ்ந்திருக்கிறேன்.

எதிர்கால விமர்சகர்களுக்கு இது நல்ல தீனியாக இருக்குமென்பதில் ஐயமில்லை.

இந்தத் தொகுப்பைப் படிக்கின்ற நீங்கள், இத்துடன் கிடைக்கும் மூன்றாம் தொகுப்பையும் கட்டாயம் படிக்க வேண்டும்.

கருத்து உங்களைக் குழப்பும்; கவிதை உங்களை மயக்கும்.

இந்த மூன்று தொகுப்புகளிலும் உள்ள எத்தனை கவிதைகள் காலங்கடந்து வாழப் போகின்றன என்பது எனக்குத் தெரியாது.

ஒவ்வொரு கட்சிக்காரருக்கும் நான் கத்தியும் கொடுத்திருக்கிறேன்; கேடயமும் கொடுத்திருக்கிறேன்.

என்னை மையமாக வைத்தே எல்லோரும் சண்டை போட்டுக் கொள்ளலாம்.

எந்தத் தலைவரையும் பழிப்பதிலும் புகழ்வதிலும், என் தமிழ் எப்படி விளையாடி இருக்கிறதென்பதை இப்போது படியுங்கள்.

விமர்சனங்கள் அடுத்த தலைமுறைக்கு விட்டு விடுங்கள்.

இதனைத் தொகுத்துத் தந்த தம்பி கண்ணப்பனுக்கும், அழகாக வெளியிட்டுள்ள வானதி பதிப்பகம் திருநாவுக்கரசு அவர்களுக்கும் என் நன்றி.

அன்பன்,
கண்ணதாசன்

16. ஹென்ஸ்மென் ரோடு,
சென்னை-17
25-9-66

பொருளடக்கம்

பழம் பாடல் புதுக்கவிதை

1. உழவு 11
2. தூணைத் தழுவிய தோகை 13
3. கலவி முடியாக் காமம் 15
4. என் கண் புகுந்தான் இரா 17
5. பட்டினங் காப்பு 20
6. தலைவி மயக்கம் 22

வாழ்க்கையும் வனப்பும்

7. சருகானாள் 27
8. ஏன்? 31
9. குழந்தை ஒரு தொல்லை 35
10. கணவன் ஒரு தொல்லை 38
11. இரவே போதும் 41
12. பாடாய் தும்பி 46
13. அழகி 48
14. இரவல் வாங்கிய பருவம் 52

பிரிவும் பரிவும்

15. கலையா வாணன் 58
16. அருவி ஒய்ந்தது 60

17.	அம்பேத்கர்	67
18.	வள்ளல் அழகப்பா	68
19.	ஆறாது ஆறாது அழுதாலும் தீராது	72
20.	டாக்டர் நாயுடு	78
21.	விடுதலை வீரன் நாகி	80
22.	கே.வி.கே.சாமி	86
23.	பொழிந்த மேகம்	89
24.	பட்டுக்கோட்டை கல்யாணசுந்தரம்	91
25.	கண்ணீர்	95

அரசியல்

26.	எண்ணம்	98
27.	தமிழா! தமிழா!	99
28.	வாழ்க	116
29.	தமிழைக் காப்போம்	117
30.	மெல்லத் தமிழ் இனிச்சாகும்	121
31.	அடிமை விலங்கறுப்பீர்	124
32.	இலக்கியம்	128
33.	விடுதலை விளைத்த உரிமை	129
34.	பூத்தது புதுமை! புலர்ந்தது பொழுது!	133
35.	ஒரே தலைவன்	134
36.	எங்கள் நெடுஞ்செழியன்	136
37.	பிரிவினை வாரம்	138
38.	திருவண்ணாமலை முடிவு	140
39.	அக்டோபர் 13	143
40.	கழக மாகாவியம்	145
41.	புகழ் வளர்த்த சென்னை	151
42.	பெரும்பயணம்	158
43.	சூழ்ச்சி வென்றது	163

44.	ஈரோட்டில் விடிவெள்ளி	167
45.	நல உரிமைச் சங்கத்தில்	169
46.	நம் அண்ணா	174
47.	இந்தி எதிர்ப்பு	178
48.	தாலமுத்து-நடராசன்	184
49.	கல்லக்குடி மகாகாவியம்	205
50.	எதிரொலி	221
51.	கொண்டு வந்தாரே குமுறுகின்றாரே	224
52.	இலங்கையில் வாழும் என் தமிழ்த் தோழி!	227
53.	தமிழ் - ஆங்கிலம்- இந்தி	233
54.	தமிழ் போலும் - மொழி இல்லை!	235
55.	வயது நூற்றெழுபத்தைந்து	238
56.	சங்கர ராணுவம்	242
57.	இலங்கைத் தமிழரும் நேருவும்	244
58.	முதுகுளத்தூர்க் கலகம்	246
59.	கொலை - தற்கொலை	248
60.	இன்னுமா தமிழா?	251
61.	ஒற்றுமை வளர்ப்போம்	253
62.	நாசர் பாடம்	255
63.	திபேத்தில் சதியுடைமை	257
64.	அழுகல் வரி	259
65.	சுற்றுப் பயணம்	261
66.	புதிய தமிழ்நாடு	262
67.	கழகக்கொடி வணக்கம்	264
68.	என் அண்ணா	265
69.	நமது குடும்பம்	266
70.	கடற்கரையில் அண்ணா!	273
71.	எட்டுத் திசையிலும் நாம்	275
72.	வருக! வருக!	277

| 73. | அகமும் முகமும் மலர வரவேற்கின்றோம் | 279 |
| 74. | போர் முழக்கம் | 283 |

பல்சுவை

75.	தலைவனல்ல - தத்துவம்	285
76.	தமிழ்த் தேசிய கீதம்	287
77.	மாதவி	288
78.	பாரதியைக் கண்டேன்!	293
79.	பாரதியும் பாரதிதாசனும்	298
80.	நான் தெய்வத்தை நம்புகிறேன்	303
81.	வாரீர்! வாரீர்! தமிழனைக் காப்போம்!	306
82.	தமிழ்த் தலைவர் சிதம்பரநாதன்	308
83.	முதற் பாட்டு	310

பழம் பாடல்
புதுக்கவிதை

உழவு

தேர்வேந்தன் நளனோடும் காதல் மாது
சிலைபோலும் தமயந்தி அணையின் மீது
போர்செய்த கலையழகை உணர்ச்சி யோடு
புகழேந்தி சொல்கிறான்; மங்கை அங்கோர்
ஏர்பூட்டி உழுதாளாம்; எவ்வா றென்றால்
இருகொங்கை ஏராக, மாதின் மேனி
ஏர்சேர்ந்த நுகமாக, வியர்வை நீரே
எழில்நீராய்ப் பாய்ந்தோடக் காத லுக்கு
வரப்பெடுத்தே உழுதாளாம்! காம மென்னும்
வளமான பயிர்வளர்த்து மகிழ்வுற்றாளாம்!
பரிப்படையும் கரிப்படையும் பெற்ற மன்னன்
பாவையினால் உழப்பட்டான்! தானும் அந்தச்
சிறப்புடைய உழவுக்குச் சிரங்கு னிந்தான்
சில்லென்று பூரித்தான்! மெய்ம்ம றந்தான்!
வரப்பெடுத்த காமத்தை வரம்பு மீறி
வழங்குகிறான் என்றாலும் மணக்கும் வெண்பா!

அது இது

அங்கைவேல் மன்னன் அகலம் எனும்செறுவில்
கொங்கையேர் பூட்டிக் குறுவியநீர் – அங்கடைத்துக்
காதல் வரம்பொழுக்கிக் காமப் பயிர்விளைத்தாள்
கோதையரில் மேலான கொம்பு. –நளவெண்பா:203

அதுதானா? மற்றொன்று மன்ன னோடே
அழகுமயில் கலவிப்போர் புரிந்த செய்தி
'கதகத'க்கத் தருகின்றான் கவிதை யாக!
காதலர்கள் மெய்கூடி மகிழ்ந்த போது
நதியாக, வியர்வோடி, மன்னன் மார்பில்
நங்கையவள் கொங்கைவளர் குங்கு மத்தைச்
செதில்செதிலாய் வண்டலெனப் போட்ட தாகச்
செப்புகிறான்! படுபாவி! அனுப வந்தான்!
நதிகாண்போம், நீர்காண்போம், தேங்கி நிற்கும்
நல்லெழில்சேர் வண்டல்மண் காண்போ மேனும்
சதிபதிகள் கலவிக்குள் அவற்றைக் கொண்டு
தடவிவிட முயல்வோமா? செய்தான், வெண்பா
அதிபதியாம் புகழேந்தி! அவனைப் போல
அடுக்கழகு பிழையாமல் வெண்பாப் பாட
இதுவரைக்கும் வேறொருவர் பிறந்த தில்லை
இனிப்பிறப்பார் என்பதற்கும் உறுதி இல்லை.

அது இது:

வீரனக லச்செறுவின் மீதோடிக் குங்குமத்தின்
ஈர இளவண்டல் இட்டதே - நேர்பொருத
காராரும் மெல்லோதிக் கன்னியவள் காதல்எனும்
ஓராறு பாய உடைந்து. -நளவெண்பா:176

தூணைத் தழுவிய தோகை

சித்திர மார்பும் சீர்பெறும் முகமும்
கைத்திறங் கொண்டு சிற்பி கடைந்த
சிலைநிகர் தோளும் சிந்தையில் தளிரும்
கொண்ட காளை அக் கோமகன்! அவனே
நளனெனும் பெயரினன்! நனிபுகழ் வீரன்!
அன்னவன் பெருமை அனைத்தையும் ஓர்நாள்
அன்னம் என்னும் அழகிய நங்கை
தமயந் திஎனும் தையல்பாற் சொல்ல,
தாளாக் காதலில் மூழ்கினள் தையல்!
பின்னர் ஓர்நாள் பேரழ கன்தனைக்
கண்ணாற் கண்டு களித்தனள் காரிகை!
நாழிகை ஓட நாட்கள் நடக்க,
காதல் கனலாய்க் கன்னியை வாட்ட
முத்து மாலை மூண்ட தீயினில்
வெந்து வீழ, மேனி துடிக்க,
கள்வர் மனம்போல் காரிருள் சூழும்
வேளையில் மார்பகம் விம்மித் தாழ
தென்றல் சீற, தேன்மதி கொதிக்க
இலக்கியக் காதல் வழக்கம் போல
எல்லாம் நடக்க, எழில்மிகு கோதை
தனிமைத் துயரில் தவித்தனள்; ஓர்நாள்
இரவு நேரம்; ஏந்திழை அணையில்

திரும்பித் திரும்பித் தேம்பிக் கிடந்தாள்!
அப்பொழு தேஅவள் அழகிய விழிமுன்
நளனுரு வந்து 'நங்காய்! என்றதே!
எழுந்தாள் கோதை! இருகை நீட்டி
அணைக்கத் தாவினள்! ஐயோ! கனவே!
நளன்வர வில்லை; நங்கை தரையில்
தனியாய்க் கிடந்து தவியாய்த் தவித்து
மீண்டும் எழுந்தாள்; வீர மார்பன்
தோற்றம் மீண்டும் தூணிடைத் தோன்ற,
தூணைக் கட்டித் தோளினைச் சேர்த்து
மார்புறத் தழுவி, மாறி மாறி
முத்தம் பொழிந்தனள்; மூன்று நாழிகை
சென்றதும், கோதையின் சிந்தை தெளிந்தது!
'தூணா? நளனா?' - தோகை, தூணைப்
பார்த்து வாடினாள், பழக்கப் படியே
நாணம் மோத, நைந்தனள் நின்று!

இப்படி,

தூணைத் தழுவிய தோகையின் காமச்
சுவையை வழங்கும் தொல்புகழ் காவியம்,
புலவ ரிடையில் வெண்பாப் புலியெனப்
புலவர் போற்றும் புகழேந் தியார்தம்
'நளவெண் பா'எனும் நன்மலர்ச் சோலை!

இது வெண்பா:

எழுந்திருக்கும் ஏமாந்து பூமாந் தவிசின்
விழுந்திருக்கும் தன்னுடம்பை மீளச் - செழுந்தரளத்
தூணோடு சேர்க்கும் துணையேதும் இல்லாதே
நாணோடு நின்றழியும் நந்து! - நளவெண்பா: 137

கலவி முடியாக் காமம்

ஆழிவாய் முத்தம் அடுக்கிய பற்கள்
வேழத் தலையென விம்மும் மார்பகம்
தாழை மணக்கும் தளிர்படு மேனி
செங்காந் தட்கை சிறுமலர் நாசி
கனிபிளந் தன்ன கன்னக் கதுப்பே
ஆடவர் உதடுகள் ஆவல் மீதுறக்
கூடத் துடிக்கும் கோவை உதடுகள்
பாதந் தொட்டுப் பார்க்கினும் உலக
மலருக் கெல்லாம் மலரெனும் மென்மை!
அன்னவள் - அழகுச் சின்னவள்- ஓர்நாள்
தோழியை விளித்துச் சொல்லுவாள்; ''தோழி!
தென்னம் பாளையில் தேனீக் கூட்டம்
தேனைச் சேர்க்கும் சிறப்புடைத் தாகிய
புனல்சூழ் நாட்டுப் பொன்னி வளவன்
ஆளை மயக்கும் காளை, அந்தியில்,
தூங்கும் என்முன் தோன்றினன்; தோன்றி
கையகம் தொட்டும் மெய்யகம் தொட்டும்
கட்டிப் பிடித்துக் கையோடு கையை
இட்டுப் பிணைத்தும் ஈந்தனன் முத்தம்!
முத்தம் கொண்டதால் மூண்டது காமம்!
கட்டுக் காளை கன்னியின் உடலைத்
தொட்டாற் காமம் தோன்றா தாசொல்?
தோன்றி, இன்பச் சுகத்தில் தள்ள,
காவலன் என்னைக் கலப்பான் என்றே

ஆவன செய்தேன்! ஆவலின் அன்னவன்
வதனம் நோக்கி, வாங்கிய கையை
உதட்டில் வைத்தேன்! ஒன்று கொடுத்து
பள்ளியிற் சற்றுத் தள்ளிப் படுத்து
'பருகுக!' என்றேன்! பாவிஎன் சொல்வேன்?
இடையில் ஓர்பொருள் என்னவோ போலத்
தடுத்ததே! ஊடல் தானது! சரியாய்
நினைவு மில்லை; அதனை நீக்கி,
'காவல! பெண்மைக் களத்தினைக் கொள்க!'
என்றேன்! ஐயோ என்னடீ சொல்வேன்
காவலன் இல்லை! காதல் பாதியில்
நின்றதே! அடியே! நிறைந்த காமம்
பொங்கும் வேளை போனது கனவேயாம்,''
என்று பாடிய இன்ப ஓவியம்
முத்தொள் ளாயிர முறுவலில் ஒன்றாம்!
சோலை வளமும் தொலையாக் காதலும்
வாழ்வுக் கிலக்கண வகையும், காம
விளையாட் டெல்லாம் விளங்குங் காட்சியும்
எப்படித் தொடுவ(து) எப்படிப் பாவையைப்
பின்புற மிருந்து பிடிப்பது, சோலையில்
மார்பகம் சேர்த்து மகிழ்வ(து) என்னும்
விந்தையும் காட்டும் வியன்மிகு பாக்கள்
நூற்று முப்பது, நூபுர ஒலிபோல்
முழக்கும் ஏடு முத்தொள் ளாயிரம்!

கருத்து சொன்ன கவிதை இதுதான்:

ஊட லெனவொன்று தோன்றி யலருறூஉங்
கூட லிழந்தேன் கொடியன்னாய்- நீடெங்கின்
பாளையிற் றேன்றொடுக்கும் பாய்புன் னீர்நாட்டுக்
காளையைக் கண்படையுட் பெற்று.

-முத்தொள்ளாயிரம்:99

என் கண் புகுந்தான் இரா

புலர்ந்து புலராப் பொழுதினைப் போலும்
மலர்ந்து மலரா மலரினைப் போலும்
வளர்ந்து வளரா மான்தனைப் போலும்
இளவய தழகை ஏந்திய மேனிப்
பாவை ஒருத்தி; பாண்டிய நாட்டினள்!
மலைநிகர் தோளில் மாலை அசைந்திட
வாட்படை மாறன், வாழிய முழக்கொடும்
உலாவரும் காட்சியை உவந்து கண்டனள்!
கண்டாற் போதுமே கவிஞனின் படைப்பில்!
காதல் வந்தது. காத்திருந் ததுபோல்!
கண்ணை இழுத்தது, கருத்தை வளைத்தது!
கைவளை சோர்ந்தது; கலையும் நெகிழ்ந்தது!
உருகி உருகி உடலம் கருகி
உள்ளெலும் பெங்கும் வெள்ளம் பெருகி
மறக்க முடியா நிலையில் மாறனை
மனத்தி னிருத்தி மயங்கினள் கன்னி!
சோலை புகுந்தால் தோற்றம் பாண்டியன்!
சுவரும் கூரையும் தொடரும் பாண்டியன்!
கன்னி யறியா நிலையிற் கைவளை
கழன்று விழுந்தது; காரிகை பள்ளியிற்
சாய்ந்து மெல்லச் சாத்தினள் இமையை
கனவு வந்தது! காளையும் வந்தான்!

கையைப் பற்றிக் கைவளை கொண்டான். கண்ணைத் திறந்த காரிகை கையைத் தடவிப் பார்த்தனள்; தளிர்படு கையில் வளையல் இல்லை! மாறன் உண்மையில் வந்து வளையைக் கொண்டனன் என்று மனத்தி லெண்ணி, மறுநாள் பாண்டியன் உலாவரும் வேளை, உருவம் உண்டனள்! துயிலச் சென்றனள்; துயிலும் போது பாண்டிய வழுதி பாவையின் கண்களில் களிற்றொடும் வந்து கலந்தது போலக் கண்டு, கண்களைக் கையால் மூடி தாயரைப் பார்த்து, ''தாயரே! ஆவி களையினும் என்றன் கண்களைத் திறவேன்! கள்ளன் பாண்டியன் கண்களுக் குள்ளே உள்ளனன்; அவனை உங்க ளிடத்துக் காட்டேன்; கையைத் திறவேன்'' என்று கதறினாள்! அந்தக் கையிடை வழுதி யானை யோடும் உள்ளனன் என்னும் அழகிய கருத்தாய் அமைந்த இதனை முத்தொள் ளாயிர முகையிற் காணலாம்!

அதுஇது:

தலைய விழும் பூங்கோதைத் தாயரே! ஆவி
களை யினுமென் கைதிறந்து காட்டேன் - வளைகொடுபோம்
வன்கண்ணன் வாள்மாறன் மால்யானை தன்னுடன்வந்
தென்கண் புகுந்தா னிரா.   -முத்தொள்ளாயிரம்:38

பட்டினங் காப்பு

செப்பிளங் கொங்கைச் சேயிழை ஒருத்தி
சோழன் நலங்கிள்ளித் தூயவன் ஆளும்
தலைநக ரத்தின் தரத்தினைக் காண
வந்தனள்; வந்த வழியில் தாமரை
மலர்கள் அழகாய் மலர்ந்த காட்சியும்
வண்டுகள் தேனை வாய்ப்புறங் கவ்வும்
இனிய காட்சியும் எழிலுறக் கண்டு
நகரத் துட்புறம் நடந்தனள்! ஆங்கே
உலாவருஞ் சோழன் உருவங் கண்டும்
வியந்தனள்; அந்த வியப்பில் காதல்
மலர்ந்தது; உடலம் மலர்ச்சி யுற்றது;
மெய்சி லிர்த்தது; வியர்வை வழிந்தது
பேரிளம் பெண்ணாள் திரும்பினள் தம்மூர்!
மாலைக் காலம்; வண்ணக் குவளை
மலர்களை வண்டுகள் வந்து மொய்த்தன!
பாவையின் கண்கள் பாடம் படித்தன!
காலம் செல்லக் காவலன் ஓர்நாள்
நங்கை இருந்த நகரம் வந்து
சென்றனள்; அந்தச் செய்தியைக் கேட்ட
சேயிழை தன்நகர் சென்னி வளவன்
ஆளும் நகரென்(று) ஆனந் தித்தனள்!
''வாடைக் காற்றும் இதுவரை வந்து

வருத்திற் றெனினும் வாரா தினிமேல்!
வேல்கைக் கொண்ட வென்றி வளவன்
காவலுக் கஞ்சிக் கலங்கிடும் வாடை!''
என்ன எண்ணி இன்புற் றிருந்தனள்
மாலை வந்தது! மயங்கினள் கன்னி!
இரவு படர்ந்தது; ஏங்கினள் எண்ணி!
தூக்க மின்றிச் சுருண்டு சுருண்டும்
ஏக்கங் கொண்டே இப்படி அப்படி
மாறிப் படுத்தும் மனத்தினை மூட
வழியும் இல்லை வாடினள் நங்கை!
அப்பொழு தேஓர் அழகிய தும்பி
பாவை உருளும் பள்ளி அறைக்குள்
மெல்ல நுழைந்து நல்லிசை மீட்டிப்
பறந்து பறந்து பாடிய(து); அதனைப்
பார்த்த பாவை பாட்டுக் குரலில்,
''வளவன் அனுப்பிய வண்டே வருக!
செய்தி என்னவோ செப்புக'' என்றனள்!
மாறாக் குரலில் மறுபடி வண்டு
பாடிய தும்அதைப் பதிலென எண்ணி,
''வளவன் வருவான்; மணமிகத் தருவான்
என்கின் றாயோ சரிசரி! இன்று
வரட்டும்; கால் வாசல் திறந்து
வரவேற் கின்றேன்'' என்றே வாயுற
வாழ்த்தினள்; அங்கு வந்த வாடையை,
''ஓஓ! வாடாய்! ஓடுக! சோழன்
வருவான் இங்கு! வாளும் வேலும்
கொண்டவன் உன்னைக் கொன்றே விடுவான்!
என்பு துளைத்தே இளைத்த உடலை

துன்புறச் செய்யேல்! தொலைக! நகரை
முன்போல் நினையேல்! மூளும் காவல்
நாளும் இந்த நகரினுக் குண்டு!
வண்டு வந்தது, வளவன் இங்கு
வருவான் என்னும் வார்த்தையைச் சொலவே!
வருமுன் னாலே மறைக!'' என்றனள்,
காதல் நங்கையின் கலவி மயக்கம்
தோன்றும் இந்தச் சுவைமிகு வெண்பா
முத்தொள் ளாயிரம் முழக்குவ தாமே!

அது இது:

நாம நெடுவேல் நலங்கிள்ளி சோணாட்டுத்
தாமரையும் நீலமுந் தைவந் - தியாமத்து
வண்டொன்று வந்தது வாரல் பனிவாடாய்
பண்டன்று பட்டினங் காப்பு. -முத்தொள்ளாயிரம்: 103

தலைவி மயக்கம்

"வாணெடுங் கண்ணாய் வனப்புறுந் தோழீ
நாணொடும் பிறந்து நலனொடும் வளர்ந்து
காதலர் மடியிற் கனியெனத் தவழ்ந்து
தொட்டும் கட்டியும் சுவைத்தும் மகிழ்ந்தே
அல்லும் பகலும் ஆசையும் சுகமும்
கண்டு கண்டு களிக்கடல் மிதந்து
பூரித் திருந்து, பூத்த விழிகளை
மூடித் திறந்தே இன்பமும் முகர்ந்து
வாழ்ந்த எனக்கு வாட்டம் நல்கிப்
போயினர் அன்பர்; போனதே இன்பம்!
ஏனவர் போயினர்? என்ன காரணம்?
பொருள்பல தேடவா போயினர்? ஏடி!
பழைமைப் பெருமை பலவுங் கொண்ட
எழில்மிகும் இந்த இன்ப நகரில்
மாடத் தூடு மஞ்சம் விரித்து
கட்டித் தழுவிக் கலக்கும் பொருளிற்
பெரிய பொருளும் பிறிதொன் றுண்டோ?
அத்தான் என்பதற் காயிரம் பொன்னும்
முத்தம் கொடுத்தால் மூன்று கோடியும்
மார்பினிற் சாய்ந்தால் வரையிலாப் பொருளும்
பெற்றும் கொடுத்தும், பிறர் காணாது
செல்வம் சேர்க்கும் சிறப்பின் நீங்கி
நிலையிலாப் பொருளை நெஞ்சில் தேக்கிச்

சென்றனர் என்பால் சிந்தை தந்தவர்
ஆசை என்னிடம் அதிகம் உண்டே!
அடிக்கடி என்னை அணைப்பவர் அன்றோ!
என்ன இருந்தும் இப்பொழு தன்னவர்
நினைக்கவு மில்லை; நேர்வரு வோரை
நிறுத்தி, 'அம்மா, நேரிழை ஒருத்தி,
மாநிறம்; கூந்தல் வண்டுக் கருமை
மைவிழி இரண்டு மானிடம் பெற்றது;
விழிக்கட் பேதை; வெண்மதி பாதி
நெற்றியாய்க் கொண்ட நிகரிலா அழகி;
வாழைத் தொடையில் வளர்சிலைப் பாங்கு!
வாடுவாள் என்னை மனதி லிருத்தி!
பார்த்த துண்டா? பாவை கைவளை
இருக்கை நீங்கி இழிந்த துண்டா?
கலையும் சற்றுக் கழன்றது முண்டா?
பசலை மேனியில் படிந்தது முண்டா?
உடுக்கை மெல்லிடை உண்டா? இல்லையா?
இருக்கின் றாளா? இறந்துவிட் டாளா?'
என்றே னும்அவர் என்னைப் பற்றிக்
கேட்க வி(ல்)லையே! கேட்டால் என்ன,
பொருளிற் பாதி போய்விடு மா, சொல்?
கடல்சூழ் எல்லையைக் கடந்து துன்பம்
பெருகிப் பெருகிப் பிழைக்கவு முடியா
மரணக் கடையில் வைத்திடு மென்னை!
எப்படி உய்வேன்? என்றே வருவார்?''
என்று தோழியை எழில்மிகுந் தலைவி
வினவிய இந்த வியத்தகு கருத்து
நற்றிணை நூலில் நெய்தற் றிணையில்

நயமிகு புலவர் நெய்தற் றத்தனார்
வரைந்த தாக மணந்தரு கின்றதே!

அதுஇது:

''வருவின்று நிறைந்த மான்தேர்த் தென்கண்
மடிவாய்த் தண்ணுமை நடுவண் ஆர்ப்பக்
கோலின் எறிந்து காலைத் தோன்றிய
செந்நீர்ப் பொதுவினைச் செம்மல் மூதூர்த்
தமதுசெய் வாழ்க்கையின் இனிய துண்டோ
எனைவிருப் புடையார்; ஆயினும் நினைவிலர்
நேர்ந்த நெஞ்சும் நெகிழ்ந்த தோளும்
வாடிய வரியும் நோக்கிநீ டாது
எவன்செய் தனளிப் பேரஞர் உறுவியென்று
ஒருநாள் கூறின்றும் இவரே விரிநீர்
வையக வரையளவு இறந்த
எவ்வநோய் பிறிது உய்வுத்துணை இன்றே!''

-நற்றிணை:130

வாழ்க்கையும் வனப்பும்

சருகானாள்

தளிர்

பாவாடை கட்டிமரப் பாவை கரத்தேந்தி
பூவாடை வீசப் புதுப்புனலின் நுரைபோல
மெல்ல நடந்து வெள்ளிமுகப் பொன்னுதட்டில்
கொல்லும் முறுவல் குமிழியிடக் கைவீசி
'முத்து' எனவழைத்து முத்துதிர்த்து, 'மேகநிறப்
புத்தாடை பார்' என்பாள் பூக்காமல் பூத்தமலர்க்
கொத்துச் சிரிப்பாம் குறுஞ்சிரிப்பு முன்தோன்ற
கூவத் தெரியாக் குயிலின் நினைவூட்டி!

கள்ளம் புகாப்பருவம்; கண் திறவா உள்ளநிலை!
வெள்ளத் தனைய வெறுங்கதைகள் கேளாத
சின்னஞ் சிறுவயதுச் செல்வியவள்! என்னெஞ்சில்
சின்ன மனைகட்டச் சேர்த்தாள் முதற்செங்கல்!
என்னென் றறியாத உள்ளுணர்வில் ஈருயிரும்
கூடிக் கலந்து குணங்கலந்தே அன்னவளின்
கண்ணீரைக் காணில் நான்கரைய என்னுள்ளம்
புண்ணானால், செல்வியவள் பூமுகத்தில் ஆறோடும்!

இலை

ஆடிக் கிடந்த சிறுமி அழகெல்லாம்
நாடிக் கடந்து நலம்பாட-சோடிப்புத்
தேர்போல் அசைந்து தெருவில் விரல்பார்த்தே
ஊர்கின்றாள் நாணத்தால் ஓய்ந்து!

கால்பாட, கால்பார்க்கும் கண்பாட, கண்பாட்டில்
சேல்ஆடச் செல்லும் சிலைத்தேவி - மாலாகி
நான்வாட உள்ளம் நலம்வாடல் பாராமல்
ஏன்ஓடிச் செல்கின்றாள் இன்று?

சின்னஞ் சிறுவயதில் தேர்ந்த உணர்வினுக்(கு)
என்னபொரு ளென்றேஇன் றுணர்ந்தேன்-அன்னாளில்
முத்தென்று சொல்லுதிர்த்த மோகக் கவிதைஎழில்
சித்திரத்தாள் பாராமல் சென்றாள்!

கோணல் சமுதாயம் கூட்டிவைத்த பண்பாட்டின்
நாணத்தால் என்னை நலிவாக்கி - வாணத்தில்
கொண்டபெருந் தீயாயாக் குமுறி மனம்வெடிக்கக்
கண்டுந்தான் மூடினாள் கண்!

கூந்தல் தழுவுங்கண் குறைதழுவு முன்பாக
காந்தச் சிலையின் கணிதஉரு - சாந்தமதி
செல்வாள்; அவள்பின்னே செல்லும் இளமனதைக்
கொல்வாள்என் கண்டாள் குறை?

பழுப்பு

மணப்பந்தல் மேளத்தின் ஆர வாரம்
மங்கலநன் வாத்தியத்தின் முழக்கங் கேட்கும்
'பிணப்பூமி என்னுள்ள'த் தந்த ஓசை
''பேதையடாநீ'' என்றே உரக்கக் கூவும்!

பொற்றாலி கழுத்தேறும் அறிவிப் பாக
  பொலபொலவென் றோர்கூச்சல் காதில் ஏறும்!
சற்றேனும் அதுகேட்க மனமொவ் வாது
  தலைவீழ்ந்த இடியோசை அஃதென் றெண்ணும்!

பழங்கதையை நினைவாக்கி அலறும் உள்ளப்
  பாழ்காட்டின் படம்பார்த்தேன் மணவி ழாவை
கிழங்கூறும் வேதாந்த முடிவை எண்ணிக்
  கேடுற்ற உள்ளநிலை தேற்று முன்னர்,

"சிரித்தபடி கயிறேற்றாய் என்றி ருந்தேன்
  சிலையாக நின்றாயாம்; நண்பர் சொன்னார்!
எரித்ததடி என்மனதை, அந்த வார்த்தை!"
  என்றழுதேன் - பூமியதை எதிரொ லிக்கும்!

நாழிகைகள் நாளாக வார மாக
  நலமறியாத் திங்களென எங்கோ செல்லும்!
ஆழியலைப் பட்டமனம் தேறித் தேறி
  அவளெங்கோ நானெங்கோ பார்வை மாறும்!

திருமகளென் றோரிதழிற் பொறுப்பை ஏற்றுச்
  சென்றேன்மற் றோர்நகரில் பணிது வங்க!
வருபுகழால் 'அந்நா'ளை மறக்க டித்தேன்:
  வாழ்காலம் - பிற்காலம் - அதன் பிற்காலம்!

சருகு

ஆண்டுகள் ஐந்து செல்ல
  ஆளுரு மாற்றங் கொள்ளத்
தீண்டுமெய் இன்பந் துள்ளச்
  செய்சிறு மனையா ளோடு

மீண்டனை ஈன்ற ஊரை
    மிதித்ததும் கனவே கண்டேன்!
ஈ·ண்டது கூற வேண்டாம்
    என்றெனைத் தடுக்கும் உள்ளம்!

ஆயினும் உரைப்பன்- காட்சி
    அழுதகண்; வறண்ட மேனி;
தாயெனும் நிலையில் நின்று
    தரித்திரப் படுக்கை கொண்டு
மாய்நிலை தேடும் வண்ணம்
    வாழ்வினை இழந்த தோற்றம்!
சேய்களை அணைத்தவாறு
    தீயிடை மலர்போல் நின்றாள்!

'காவிரி' என்று கூவக்
    கடையிதழ் வந்த வார்த்தை
பூவிரி மஞ்சத் தின்மேல்
    போட்டகல் ஓசை யாகும்!
''பாவிரி சிலையே! அந்தப்
    பசுமையெல் லா(ம்) இன் றெங்கே?
காய்வுறு காலக் கூத்தில்
    கரைந்ததோ?'' என்றே னில்லை!

பார்வையில் பழுதா? எண்ணப்
    பழுதுறு நினைவா? - காட்சிக்
கோர்வையில் கனவா? இந்தக்
    கோதையார்? அவளே தானா?
பூமியிற் பாவா என்னைப்
    புறமிருந் தழைக்கும் வண்ணத்
தேவியின் அழைப்பு மீட்கத்
    செல்கிறேன் உளத்தை விட்டே!

ஏன்?

கருவூரில்

உடலிரண் டுறவு கொள்ள
ஒருதுளி கருப்பை செல்லக்
கடலென அமுத முண்டு
களிமிகச் சிலிர்த்த பாவை
வடிவுகொள் மாறு பாட்டில்
வயிறுமுன் புறத்திற் றள்ள
நடைபயின் றீரைந் திங்கள்
நடந்திடக் குழவி தோன்றும்!

குழவி

அணுத்தொறும் கலைகள் தேக்கி
அலைவிழிச் சிரிப்புத் தூக்கி
கணுத்தொறும் சுகங்கள் ஏற்றி
கனிச்சுவைச் சிறுவாய் காட்டி
நினைத்தவர் முனிவோ ரேனும்
நெஞ்சினுள் அகலா நிற்கும்
தனிச்சிலைக் குழந்தை தூங்கத்
தாய்இமை சாத்தா நிற்கும்!

சிறு பெண்

ஐயிரண் டாண்டில் சேயின்
அகம்புறம் விரித்து பள்ளிப்
பையொடும் செல்வாள் அந்தப்
பாவனை, இயற்கை அன்னை
மெய்யிடை மச்சம் துள்ளி
வேடிக்கை காட்டல் போலும்
கையிடை முல்லை தூக்கிக்
களிநடம் புரிதல் போலும்!

பருவம்

இதுவரை அணையா நின்ற
இயற்கையாம் நாணப் போர்வை
பதுமையைப் போர்த்துப் போர்த்துப்
பலவகைச் சுவைகள் காட்ட,
சதுரிலக் கணங்கூ றல்போல்
தையலாள் நடக்கும் போதில்
புதுப்புதுக் கதைகள் எல்லாம்
புறத்தினில் சமைத்துப் போவாள்!

மணம்

சுண்டினால் ரத்தந் துள்ளிச்
சுகக்கவி அளக்கும் மேனி
சுண்டிடும் காளை கண்கள்;
கலந்திடும் இருநெஞ் சங்கள்!
அண்டமும் அதற்குள்! வேறே
அறைவதென்! இரண்டே ஒன்றாய்க்
கொண்டுடல் உயிர்த்த பீஇக்
குளிர்க்கிடம் மறுத்தே வாழ்வார்!

மூப்பு

அன்னவர் உறவில் மீண்டும்
ஐயிறு திங்கள் போக
மின்னிஓர் குழவி இந்த
மேதினி புரளும்! இவ்வா(று)
அன்னையும் தாதை யாக
அன்னவர் வாழ்க்கை மாறும்
பின்னரும் காலம் சென்று
பெருநரைக் கிழவோர் ஆவார்!

சாவு

மூப்பினுக் கடுத்த எல்லை
மூச்சினை நிறுத்தச் சாய்ந்து
தோப்பினில் மரம்வீழ் தல்போல்
தொலைப்புவிப் பயணம் போவார்!
சீப்புவா ழையிற் கொய்து
தின்றெறிந் திட்ட தோல்போற்
போய், சிலர் உடலைத் தீக்குள்
பொசுக்கிட மறைவார்; தோன்றார்!

ஏன்

இப்படி மறைந்தார் கோடி;
என்னினும் அனைவோ ருள்ளும்
கற்படி சொல்போல் நின்று
காலகா லங்கள் யாவும்
இப்புவி வரலாற் றிற்குள்
இருப்பவர் சிலரே; மற்றோர்
கற்பனை யானார்; கோடைக்
கானல்நீர் ஆனார்! அஃ(து) ஏன்?

இதுதான்

அறுதியிட் டுரைப்பேன்; இந்த
அவனியின் நலமே எண்ணி
உறுதிகைக் கொள்வார் - ஆவி
உடலதற் கீவார்- போரில்
குருதிசிந் தித்தன் னாட்டின்
கொடியினைக் காப்பார் மட்டும்
பரிதிபோல் நிற்பார்; மற்றோர்
பனியென வருவார்; போவார்!

குழந்தை ஒரு தொல்லை

பஞ்சணைத்த மெத்தையிலே உடல ணைத்துப்
பழமணைத்த பாவையினை அருகி ழுத்து
நெஞ்சணைத்துக் காதலிலே நினைவ ணைத்து
நினைவணைத்த உலகத்தின் உறவொ ழித்துக்
கொஞ்சவைத்துக் கொஞ்சிமதுச் சுவைகு டித்துக்
குறையாத இன்பத்தில் திளைக்கு நாளில்
பிஞ்சுமனப் பிள்ளைகளில் ஒன்றி ரண்டு
பிறந்துவிட்டால், அப்பப்பா! என்ன தொல்லை!

அதுவரைக்கும் 'மனை'யாவாள் 'அன்னை'யாகி
அடுத்தபடி தான்என்னைக் கவனிக் கின்றாள்!
எதுவரைக்கும் இதுபோகும்? குழந்தை தின்றே,
இருக்கின்ற மீதியையே தரும்வ ரைக்கும்!
அதுவரைக்கும் 'பசி' என்பேன்; 'அம்மா' என்பேன்!
"அழுகிறது குழந்தை, சற்றுப் பொறுப்பீர்" என்பாள்
மதுவரைக்கும் இதழாளின் முத்தங் கூட
மக்களுக்கே முதலில்! பின் எனக்குங் கொஞ்சம்!

நள்ளிரவில் பிள்ளையெலாம் தூங்கும்போது
'நடத்திடுவோம் சுகப்பாடம்' எனநி னைந்து,
மெள்ளமனை மாதரசின் அருகில் சென்று
மெய்தீண்டி, 'வா', என்பேன்; அவளும் நெஞ்சம்

உள்ளவள்தான் ஆகையினால் எழுவாள்; பிள்ளை
துள்ளிஎழும் ஓலமிடும்! தோல்வி! தோல்வி!
கள்ளனையோர் தேள்கடித்த கதையும் காதற்
கதைநடுவில் பிள்ளையழும் கதையும் ஒன்றே!

சின்னேரம் பொறுத்திருப்பேன்; அன்னை அந்தச்
சிறுகுழவி தனைஆற்றித் தூங்க வைத்துப்
பொன்னடியை மெல்லெடுத்து வருவாள்; காதல்
பொறுக்காமல் தாவிஅவள் இதழ ணைப்பேன்!
தன் நினைவை மறக்குங்கால் மீண்டும் பிள்ளை
தாவிவரும்! கூவி அழும்! 'அம்மா!' என்னும்!
எந்நிலையில் நானிருந்த போதும் என்னை
இடுப்பொடியத் தள்ளிவிட்டு மகனைப் பார்ப்பாள்!

முத்தமிடப் போவேன்நான்; பிள்ளை வந்து
'முட்டாதே கொன்னுடுவேன்!' என்னும்; காதல்
முத்தத்தை முட்டுதலாய் நினைக்கும் பிள்ளை
முக்காடு போட்டுத்தன் தாயைக் காக்கும்!
சித்திரத்தாள் புன்னகைப்பாள்! அந்த முத்தம்
சிதறாமல் அவனுக்கே போகும்! 'தீர்ந்த
பத்திர'மாய் நானிருப்பேன்! தென்றல் வந்து
பத்தினிபோல் என்னிதழைத் தொட்டுப் போகும்!

கண்ணல்ல! கனியல்ல!' என்பாள்; என்பால்
கற்றதெல்லாம் மகனுக்குக் கரந்து வைப்பாள்;
'மண்ணல்ல மரமல்ல கணவன்! கொஞ்சம்
மகனைத்தான் விட்டுவிட்டு வாயேன்!' என்பேன்;
'பொன்னல்ல! பொருளல்ல! எனக்குப் பிள்ளை
போதும்!' என் றென்னிடமே சொல்வாள்! இந்தக்
கண்ணெல்லாம் நான்கொஞ்சம் தனித் திருந்தால்
கருவாகி உருவாகி வருவ தேது?

காதலுக்கு வழிவைத்துக் கருவைச் சாத்தக்
கதவொன்று கண்டறியக் கவிஞன் சொன்னான்!
காதலுக்கே கதவாகிப் பிள்ளை யெல்லாம்
கதவடைப்புச் செய்வதனால் தானோ சொன்னான்?
வேதனைதான்! மெய்தீண்டி மகிழு தற்கு
வேண்டுமொரு பிள்ளையெனத் தவங்கி டந்தால்
சோதனைக்கு வந்ததுபோல் வந்த பிள்ளை
துண்டித்துப் போடுதடா காதல் வாழ்வை!

'மனைவி'யெனில் மனையென்றே இருக்க வேண்டும்
மகன்வந்து 'அன்னை'யென மாறி விட்டால்
தினைவிதைத்து வினையறுத்த கதைதான்! அப்பா!
சிறுதுளியும் அவள்நெஞ்சம் நமக்கென் றில்லை!
மனைவிளக்க மகவொன்று வேண்டு மென்றால்
வயதறுப தாகுங்கால் வரட்டும்! போதும்
இனிச்சகியோம்! ஆடவர்காள்! எழுந்து வாரீர்!
இன்றுமுதல் பிள்ளைகளை எதிர்ப்போம் நாமே!

கணவன் ஒரு தொல்லை

மனைவி சொல்வது:

“மனைவிளக்கைக் காதல்கொண் டழைக்கும் போது
மக்கள் ஒரு தொல்லை” எனமலரில் கண்டீர்
எனை விளக்கம் கேட்பதெனில் இதுதான் சொல்வேன்:
எழில்மகவு பிறந்ததன்பின் கணவன் தொல்லை!
மணிவிளக்கின் ஒளிவடிக்கும் இருளைப் போல
மக்களின்முன் இருளாவான் கணவன்! ஆமாம்!
கனிமணக்கும் சிறுவாயர் பிறந்து விட்டால்
கணவனுளம் துறவறத்தை நாட வேண்டும்!

அந்தியிலும் காலையிலும் இரவு முற்றும்
அருகினிலே இருவென்றே இழுத்தி ழுத்து
முந்தியொரு முந்நூறு நானூ றென்றே
முத்தங்கள் கொடுப்பதுவும் பெறுவ தும்தான்
இந்தஉயிர் படைத்துவிட்ட சுகமா? இல்லை,
எழில்மழலைப் பாசந்தான் சுவைவ ளர்க்கும்
பந்தமெனும் கயிற்றுக்குள் இறுக்கிக் கட்டிப்
பந்தாடும் சேய்முதலில் கணவன் பின்பே!

ஆயிரம்பேர் முன்னிலையில் கணவன் மார்பில்
அன்போடு சேர்ந்தேஓர் முத்தந் தந்தால்,
நாயிவள்என் றுரைப்பார்கள்! நலங்க னிந்த
நளினமலர் மகவுக்கோர் முத்தந் தந்தால்

தாயரெலாம் துடிப்பார்கள்! தாமும் வாங்கித்
தம்மார்பில் அணைப்பார்கள்! கொஞ்சு வார்கள்!
சேய்பெரிதா? மணவாளன் பெரிதா? ஐயா!
சிந்தனை ஏன்? முதற்பெருமை யார்க்கு ரைப்பீர்?

அதனால்தான் மணவாளன் காத லுக்கே
அடுத்தஇடம் தருகின்றோம்! இரவில் கூட
மதுவாயர் அழுதக்கால் கணவன் மார்பை
மண்ணென்று தள்ளுகிறோம்! சேயெ டுத்து
இதமாக அணைக்கின்றோம்! அணைக்கும் நேரம்
எம்நெஞ்சம் உமக்கிருந்தால் அறிவீர்! ஆகா!
பதமாகப் பக்குவமாய்ப் படைத்த இன்பம்
பால்மணக்கும் வாயன்றி மீசை அல்ல!

கட்டிலுக்கு வாயிருந்தால் கதறும்! அந்தக்
காதலுக்கு ‘வெறி’ என்ற பெயர்தான் உண்டு!
தொட்டிலுக்குக் கையிருந்தால் அணைக்கும்! பிள்ளை
தொட்டதெனிற் பிணங்கூட விழித்துப் பார்க்கும்!
வட்டிலிலே சோறிடுவோம் இருவ ருக்கும்
மகவுண்ணும் அழகைத்தான் பார்த்தி ருப்போம்;
தட்டறிந்து மகவுக்கே எடுத்து வைப்போம்!
‘சாதம்’ எனக் கேட்டால்தான் ‘அவர்’க்கு வைப்போம்!

காதலித்து மணந்ததுவும், விருப்பம் போலக்
கட்டிலிலே சாய்ந்ததுவும் கலந்த தெல்லாம்
நாதமொழிச் சேய்பெறத்தா னேயல் லாது
நாங்களும்அவ் வெறிக்கூத்தை விரும்பி யன்று!
கீதமொழி வீணையினைச் செய்ப வர்க்குக்
கேட்டவண்ணம் பொருள் தரல்போல் காதலென்னும்
சேதமிலாப் பொருள்தந்து கருவ டைந்தோம்
சீரோடு கணவனெனப் பணிந்து நின்றோம்!

பொருள் பெற்றோர் தினந்தினமும் தொழில்புரிந்தால்
புதுப்புதிய வீணைகளும் பிறக்கு மன்றோ?
'இருள்வேண்டும்; அருள்வேண்டும்; பிள்ளை மட்டும்
இல்லாமற் போக'வெனில் என்ன நியாயம்?
கருவேண்டும் மனைவியர்கள் காதல் செய்வார்;
காதல்செயும் மனைவியர்கள் கருவு யிர்ப்பார்!
இருகூறும் இல்லாமல் வாழ்க்கை யில்லை!
இரண்டிலும் பின்விளைவு, கணவன் தொல்லை!

"இனிச்சகியோம்! ஆடவர்காள்! எழுந்து வாரீர்!
இன்றுமுதல் பிள்ளைகளை எதிர்த்தே நிற்போம்!"
எனஉரைத்தார் என்கணவர்! பிள்ளை தம்மை
எதிர்ப்பதெனில் எவ்வழியில்? மனைவி யர்பால்
இனித்தொடர்பே கொள்ளீரோ? பிழைத்தோம்; ஐயா
இப்போழுதே தொடங்குங்கள்! தனித்தி ருங்கள்!
வனிதையர்காள்! ஒருவிரதம் நீரும் கொள்வீர்!
மகன்பிறந்த பின்னாலே கணவன் வேண்டாம்!

இரவே போதும்

[-காளை ஒருவன், கன்னி ஒருத்தியைக் கைப்பிடித்தான்; முதலிரவை எதிர்பார்த்தான். முதியோள் வந்து, இன்றுதான் உங்களுக்கு 'இரவு' - 'உறவு' என்றாள். காளை களித்தான். அதுவோ பகல். ''பகல் போகாதா; இரவு வராதா?'' என்று துடித்தான். பகற்பொழுதே இரட்டிப்பு ஆகிவிட்டது போல் தோன்றிற்று அவனுக்கு! ஆனாலும் பகல் நடந்தது.)

மார்பகத்தின் ஆடைக்குள் கடிதம் வைக்கும்
மங்கையரின் கைபோல, கலைகளூடே
தேர்உருட்டிக் கதிர்சென்றான்; குழவி கைபோல்
தென்றலவன் முகம்தோள்கண் அனைத்துந் தொட்டுப்
போர்புரியும்; நெஞ்சத்திற் புகையும் எண்ணம்
பொல்லாத பெருந்தீயாய் மூளும்; காதற்
சீருலவுங் கண்ணாளைத் தனித்துக் காணச்
சிற்பவடி வானமகன் துடித்து நின்றான்!

வேளைவரப் பள்ளிக்கு வழிதிறக்க
விருந்துண்ண நினைந்தஇளங் காளை உள்ளே
தாளொதுக்கிப் பாவையினை எண்ணி எண்ணித்
தனித்திருந்தான் சின்னேரம்; கதவு மெல்ல
வாளொதுக்குங் கண்திற்கும் இமையைப் போல
வழிதிறந்து தானொதுங்க, கனிந்த மாது

நாளொதுக்கி வருமதிபோல் நடந்து வந்தாள்!
நட்டவிழி ஒதுக்காமற் காளை பார்த்தான்!

''இந்தஉயிர் என்சொந்தம், வாளை பாளை
எல்லாமும் என்வாழ்வில் இன்பமூட்ட!
கந்தமலர் தனைத்தொட்டுக் கட்டித் தூக்கிக்
காலமெலாம் சுகங்காணத் தடையே யில்லை!
சந்திரனை வெல்லுமுகம் நாளெ லாமும்
தடமார்பில் தோய்ந்திருக்கும்! வாழ்வில் என்றும்
எந்தநிலை வந்தாலும் கவலை இல்லை!
இதுபோதும்! இதுபோதும்!'' என்பான்போல,

பார்த்தபடி நின்றிருந்த காளை அங்கு
பதிந்தபடி நின்றிருந்த மாதைத் தொட்டுச்
சேர்த்தபடி பஞ்சணையில் அமர வைத்தான்;
சிரித்தபடி கூந்தலுக்குள் மீன்பி டித்தான்!
கோர்த்தகரம் உச்சியிலே உணர்ச்சி யூட்டக்
கொதித்தஉடல் புதுக்கதையின் முதற்பா கத்தால்
வேர்த்தபடி புல்லரிக்க, வேலை வெல்லும்
விழிபடைத்த மடவன்னம் தரையைப் பார்க்கும்!

''என்னம்மா, வெட்கமா!'' என்று கேட்டான்
'இம்!' மென்ற குரலல்லால் வேறொன் றில்லை!
''பொன்னம்பா வைநீயோர் புதுமை'' என்றான்.
பூக்காடு வான்பார்க்கத் தலையைச் சாய்த்தாள்!
''அன்னந்தான் நடை'' யென்றோர் பழைய வார்த்தை
அடுக்கினான்; அதற்குமொரு 'இம்'தான் போட்டாள்!
''சொன்னதெலாம் புரிகிறதா?'' என்றான்; தோகை
சோர்வின்றி அதற்குமொரு 'இம்'மே வைத்தாள்!

"ஊமையா? பேசம்மா! 'உம்... உம்' என்றால்
உண்டென்றும் இல்லையென்றும் பொருள்கள் உண்டே!
'ஆ'மென்றால் சரியென்பர்; 'இல்லை' என்றால்
'அதுவல்ல' என்றுபொருள்! 'இம்'மென் றாலே
நாமுள்ளில் நினைத்தபடி பொருள்கள் சேரும்!
நறுக்கென்று வைப்பதற்கும் அதுவா வார்த்தை?
'போமையா!' என்றேனும் போடு ஒன்றைப்
போகின்றேன்! அதைவிட்டுப் பொம்மை போல

தலையாட்டி னால்உள்ளம் தாங்க மாட்டேன்!
தாள்தூக்கி வந்ததுபோல் தலையைத் தூக்கிக்
கலையோடே உறவாடும் விழியைக் காட்டிக்
கதையெல்லாம் பேசம்மா!" என்றான்; பாவை
சிலையோடே உறவாடும் நிலையை விட்டுச்
சிறிதாகச் சிறிதாக முகத்தைத் தூக்கி
மலையோடே உறவாடும் தோள்கள் கண்டாள்
வதனத்தைத் தொடுமுன்னர் விழியைச் சாய்த்தாள்!

"நாணத்தைப் பார்! அம்மா! விடிவ தற்குள்
நாலாயி ரம்கதைகள் பேச வேண்டும்!
தேனத்தைப் பிழிந்தஇதழ் வெண்மை யாக
சேலாடும் விழிக்கோணம் செம்மை யாக
மோனத்தில் உறவாடி, இரவெ லாமும்
மூவாயி ரம்கோடி முத்தம் பெற்று
ஞானத்து முனிவர்களின் ஒரு நிலைக்குள்
நாம்போக வேண்டும்! நீ தரையைப் பார்த்து,

பேசாமல் இருந்தக்கால் அன்புக் காட்டிற்
பிணையுங்கால் விடிந்துவிடும்!" என்ற காளை,
கூசாமல் தோள்தொட்டுப் படுக்க வைத்தான்!
கொடிசாய்ந்தாற் போலவளும் மெல்லச் சாய்ந்தாள்!

பேசாமற் காளைதன் இதழைக் கொண்டு
பெண்மானின் இதழ்மூடப் போகும் போது
வாள்சாய்ந்த விழிமூடி, நெஞ்சு விம்ம
வரவேற்கும் படிகிடந்தாள் மாது நல்லாள்!

ஒன்றாக இரண்டாக மூன்றும் ஆக
ஒவ்வொன்றும் சுவையாக மீண்டும் மீண்டும்
கன்றோடிப் பாலுண்ணும் நிலையிற் காளை
கண்மூடித் தேனுண்ணப் புதிய இன்பம்
கொண்டாடும் புதுப்பாவை புதுச்சு கத்தில்
குதிக்கின்றாள்; இடை இடையே காளை கைகள்
நண்டூறும் படிமெல்ல நடந்து போக
நாணத்தால் பொற்பாவை திரும்பிச் சாய்ந்தாள்!

ஆசைக்கு நாணமொரு தடையா? காதல்
அனலுக்கு வெட்கமொரு சுவரா? காளை
மீசைக்கே உதடான பின்னர் இன்ப
மிச்சத்தை மறுத்தக்கால் நிற்ப துண்டா?
தோள்சிக்கிக் கிளியானாள்; தோய்ந்த மார்பின்
சுவைபட்டுத் தேனூறக் கனிந்த மாது
பாசத்தில் உலகத்தை மறந்தே போனாள்
பாடத்தை முடிக்காமற் படித்தான் காளை!

துன்பந்தான் முதனாளில்! மாதின் மேனி
துயரத்தால் வலிகொள்ளும்! பயமும் தோன்றும்!
இன்பந்தான் என்றாலும், இதனைப் போல
இரவெல்லாம் விழித்திட்டால் என்ன ஆகும்!
கண்பூத்த மலர்மாதோ ''இரவே! போதும்!
காலையினை வரச்சொல்வாய்'' என்றாள்! காளை
''மின்பூத்த இடையாள்சொல் கேட்க வேண்டாம்!
விடியாதே பொழுதே! இவ்விரவே போதும்!''

என்றான்! அன் னாள்கண்கள் மூடும்! மிச்ச
இரவுண்டாம் என்றாலும் தூக்கந் தள்ளும்!
செந்தாழை துயில்போனாள்; அவனும் சாய்ந்தான்!
செங்கதிரோ டிருவருமே எழுந்தார்! ''காலை
வந்தாச்சே'' என்றார்கள் தோழி மார்கள்!
வாடினாள்! சொன்னாள்; ''ஆ! இரவா போச்சு?
என்னாச்சு? ஏன்போச்சு? பகலே வேண்டாம்!
இன்றுமுதல் சொல்கின்றேன்! இரவே போதும்!''

பாடாய் தும்பி

நல்லிசை வீணை நங்கையும் - மீட்டும்
 நயக்காந்தள் விரல் நம்பியும் - இன்று
சொல்லொடும் பொருளாய் ஒன்றினர்! - அதனால்
 சுகக்கதை கூறாய்! கூறாய் தும்பி!

மென்மையும் வன்மையும் எதிர்மறை - ஆயின்
 மீதுறுங் காதலுக் கதுவே சுகமென
தொன்மையும் தூய்மையும் தோயுந் தமிழின்
 சுகத்தைக் கூறாய்! கூறாய் தும்பி!

இரவும் பகலும் சுழற்சியில் தோன்றினும்
 இதுஇரா, இதுபகல் எனும்நினை வின்றி
உறவும் உரிமையும் ஊடலும் நாடலும்
 உயிர்உடல் கொள்கெனப் பாடாய் தும்பி!

உயர்மலை முகட்டில் ஊறும் பனித்துளி
 உயிர்தரும் நன்னீர் ஆம்அம் மலைக்கீழ்
பயிர்விழித் திருக்கும் பாரினில் ஊர்வபோல்
 பாடாய் வாழ்கெனப் பாடாய் தும்பி!

குயிலும் மயிலும் நிலவும் தென்றலும்
 கோடிநாள் புலவர் கூறிடும் வார்த்தைகள்;
குயில்மொழி மயில்நடம் குளிர்பூந் தென்றல்
 குடும்பத் தானெனக் கூறாய் தும்பி!

ஆவொடுங் காளை, மாவொடும் முல்லை,
பாவொடும் தேனீ, காவொடும் தென்றல்
பூவொடும் தேனீ, பொன்னொடும் நல்லொளி
மேவிடும் வாழ்வுறக் கூவிடாய் தும்பி!

பாடாய் தும்பி மணவறைப் பாட்டு!
பாடாய் தும்பி மலரணைப் பாட்டு!
பாடாய் தும்பி மழலையின் பாட்டு!
பாடாய் தும்பி நாடெலாங் கேட்க!

அழகி

முன்னர் செந்தமிழ்ப் பாவலர் கூறிய
மூவ கைத்தமிழ் யாவையும் ஆய்ந்தனம்
அன்ன வற்றுள் மாதர் குழாத்தினை
ஆயி ரம்படப் புகழ்ந்தவை பற்பல!
என்ன கூறுவன்! இன்பப் பூமியின்
எழில் விளக்கெனப் பெண்மையைப் பாடிய
முன்ன வர்பெரும் மூடரே! பெண்மையை
மூடி விட்ட விழியினாற் கண்டவர்!

பாவை என்றனர் பங்கயம் என்றனர்
பஞ்சின் மெல்லடிப் பனிமல ரென்றனர்;
கோவை என்றனர் குவளைக ளென்றனர்
குத்த வல்லநற் சித்திர மென்றனர்;
சேவை செய்வன தண்டைக ளென்றனர்
சேர்ந்த காரிவள் குழலெனக் கூறினர்;
மாவை யொத்தநன் மேனியின் மென்மையில்
மண்ட லத்துளார் மயங்குவ ரென்றனர்!

சிற்றி டைக்கும் சிறப்புகள் பாடினர்;
சேலெ டுத்து விழிகளிற் சேர்த்தனர்;
கொற்றை மாமலர் சூடிய காட்சியைக்
கொண்ட கண்களே கண்களென் றாடினர்;

அற்றை நாளில் யானுமிப் பொய்களை
அருமை யென்றனன்! உண்மைக ளென்றனன்!
இற்றை நாளிலத் தவறுகள் யாவையும்
எண்ணி எண்ணி இரங்குகின் றேனரோ!

வண்ண மார்பும் வளையெழில் தோள்களும்
வார்த்து வைத்த சிலையெனும் தோற்றமும்
கண்ணி லாடிய கற்பனைச் சுவைகளும்
காணு மாதரைக் கலக்கும் இளமையும்
திண்மை கொண்ட நெஞ்சம் மேவிய
சீரி ளைஞனென் றூரினில் வாழ்ந்தயான்
தண்ணெ னுந்தமிழ்ப் பாவலர் பாடிய
தங்கை மங்கையைக் கண்டனன் ஓர்முறை!

அம்ம! வாள்விழி அசைவி லூறிய
ஆயி ரங்கலை நெஞ்சி லோடியென்
திண்மை தீர்ந்தது! தேம்ப லார்ந்தது!
தேக முற்றும் காதலின் ஆவலில்
மென்மை கூடிய மாதினைத் தேடியே
வேலை யாவும் மறந்திடச் செய்தது!
உண்மை! அந்த மங்கையி லாவிடில்
உயிர்நி லைக்கா தென்பத றிந்தனன்!

பளப ளக்கும் மேனியின் தோற்றமும்
பருத்தி ருந்து விம்மிடும் மார்பும்
கிளுகி ளுக்கும் மொழிகளும் வாய்வழி
கீறிமோதும் புன்னகைச் செல்வமும்
தளத ளத்த பெண்மையும் வாய்ப்பதால்
தரணி வாழ்வில் சுவையெலாம் நிலைபெறும்!
கலக லத்த நெஞ்சினைத் தேற்றிடக்
கால மோர்வழி காட்டி அழைத்ததே!

அழகி யோடு சென்றஎன் உயிரினை
அன்னை தந்தை வாழ்த்தினர்! அவளையே
பழகி வாழும் மனையென முடித்திடப்
பாக்கு வெற்றிலை மாற்றினர்! பின்பொரு
குழைவு நாளில் மணவினை தீர்த்தனர்!
கோதை என்உயிர்த் துணையென மாறினள்
இழைவு லாவும் இடமி லாமல்யான்
இன்ப மங்கையின் அழகி லாடினேன்!

'இந்த நல்லெழில் யார்க்கும் வாய்ப்பதோ?
இந்த மேனியின் இணையெவ னுள்ளதோ?
இந்த மார்பகம் இந்த நல்லிடை
இந்த இன்பம் என்றும் நிரந்தரம்!
சொந்த மானது பேரெழில்' என்றுயான்
துன்ப மற்ற உலகினில் ஆடினேன்!
அந்த நாளும் நடந்ததே... அடுத்தநாள்...!
ஆண்டுகள்... ஒன்று... இரண்டெனப் பறந்தன!

ஐந்தி யாண்டுகள் தானடா சென்றன!
ஐந்து பிள்ளைகள் அகத்தை நிறைத்தன!
மைந்தர் கூட்டம் வளர வளரஅம்
மங்கை மேனி தளர்ந்ததை என்னென?
பைந்தமிழ்க் கவிஞர் பாடிய பங்கயம்
பாதி வாடிய பங்கய மானதே!
நைந்த வாள்விழி நலிந்த சிற்றிடை
நல மிழந்த பெண்மையென் றாயினள்!

பிள்ளை யென்பது அழகின் இறக்கமோ?
பெறுவ தென்பது இளமை கழித்தலோ?
வள்ளை மெல்லிடை மழலையிற் போகுமோ?
வாய்த்த தனமுமவ் விடையினில் ஆடுமோ?

கொள்ளை இன்பங் குலவிடும் மங்கையின்
கூட்ட ழிப்பது பிள்ளையோ? இல்லையக்
கள்ளின் மென்மலர் கன்னியர் பேரெழில்
கரைத்தெ டுத்ததே பிள்ளைகள் உருவமோ?

புலவர் பாடிய அழகெலாம் பொய்யடா!
புகழ்ந்து கூறிடும் உவமையும் பொய்யடா!
இலகு செந்தமிழ்க் காவியம் பொய்யடா!
இளமை என்பது பொய்யிலும் பொய்யடா!
கலக மூட்டிடும் பெண்மையின் பேரெழில்
கண்கள் கால்கள் கைளி லில்லையாம்
நிலவு கர்ப்பப் பையினுள் உள்ளதாம்;
நிறைவு றாதவள் நிரந்தர அழகியே!

இரவல் வாங்கிய பருவம்

தோழிக்குத் தலைவி சொன்னாள்;
  "தூதுநீ செல்க தோழீ!
ஆழிக்கும் தென்ற லுக்கும்
  ஆயர்கைக் குழலுக் கும்ஓர்
கோழிக்கும் பகையாய் இந்தக்
  கோதைகண் துயிலா திங்கே
வாழ்கிறாள் என்ப தைஎன்
  மனத்துளார் தமக்குச் சொல்க!

இன்னொன்றும் சொல்க தோழீ!
  இதையவர் மறப்பா ரானால்
பின்னொன்றும் மறக்க வேண்டாம்
  பெண்மையில் காத லாற்றான்
உன்னை இவ்வுலகம் நன்றாய்
  உற்றுநோக் கிற்றாம்! இன்றேல்
மன்னவ னேனும் உன்னை
  மதிப்பவர் யாரோ என்க!

இன்னவன் இளையவள் அன்னம்
  இவனைக் காதலிக் கின்றாளாம்
அன்னவள் அழகுக் கிந்த
  ஆண்மகன் இணையா? ஏதோ

பின்னிய எண்ணத் தாலே
 பெண்மகள் பிறந்தாள் போலும்
இன்ன வாறுல கமெல்லாம்
 இயம்புதல் கூறாய் தோழி!

மற்றொரு தலைவன் தோளில்
 மலரவள் இட்டாள் என்றால்
பெற்றநின் பெருமை யாவும்
 பேசுவோர் மறைவார்; உன்னை
கற்றவர் மதிக்க மாட்டார்;
 காதலிற் றோல்வி கண்ட
கொற்றவன் என்ப தாலே
 குடிகளும் வெறுப்பர் உன்னை!''

இவ்வணம் சொன்னாள் தேவி;
 எடுத்ததைச் சென்றாள் தோழி!
செவ்வியின் உரைத்தாள், தேவன்
 சிறுநகை புரிந்தான்! ''தோழீ!
கொவ்வையங் கனியாள் கேட்கக்
 கூறுக, உனது காதல்
அவ்வள வென்ன மேன்மை
 அரசனுக் கிணையா வாயோ?

பருவமே! உனது மேனிப்
 படிவமும் பால்போல் தோன்றும்
உருவமும் உனதே யல்ல
 ஒவ்வொரு வடிவில் பெற்ற
இரவலே, கேளாய்! கண்ணைக்
 குவளைபால் இரவல் பெற்றாய்
திருமுகம் மதியிற் பெற்றாய்
 தேனிதழ் கனியிற் பெற்றாய்!

மானிடம் பார்வை பெற்றாய்
        மயிலிடம் சாயல் பெற்றாய்
வான்முகில் கூந்தல் பெற்றாய்
        மார்பினைத் தெங்கிற் பெற்றாய்
நூலிடை கொடியிற் பெற்றாய்
        நுவலரும் தாயின் மார்புப்
பாலிலே கன்னம் பெற்றாய்
        பனியிலே குளிரும் பெற்றாய்!

உனக்கெனச் சொந்த் மாக
        ஓரங்கம் தனியே உண்டோ?
மனக்கிறுக் காலே, காதல்
        மயக்கிலே கவிஞர் சில்லோர்
நினைக்கவும் முடியா தான
        நிலையினை உனக்குத் தந்தார்!
வனக்கிளி இரவல் தந்த
        வார்த்தையிற் பதிலைச் சொல்வாய்!

இரவலே! இரவற் பெண்ணே!
        இன்னுமா மேன்மை சொல்வாய்?
'உறவிலே ஒருநாள் வாழ்ந்த
        உவகையை மறக்க மாட்டேன்
வருகிறேன் - என்பாய்' என்றான்;
        வாழ்த்திய தோழி மீண்டும்
இரவலைத் தேடிச் சென்றாள்
        இரவிலே தலைவன் சென்றான்!

பிரிவும் பரிவும்

கலையா வாணன்

சிறந்ததோர் துயிலைத் தொட்டுத்
தேன்துளி மயக்கஞ் சேர்த்துப்
பிறந்ததோர் குழவி யாய்நான்
பெரும்புவி மறந்த வேளை
பறந்துவந் தொருவன் சொன்னான்:
'பா'ரடா, கலைஞன் வாணன்
இறந்தனன், ஐயோ! அன்னோன்
இனிநமக் கிலையே! இல்லை!''

துள்ளிநான் எழுந்தேன்; அந்தத்
தூயவன் முகத்தைப் பார்த்தேன்;
தெள்ளிய மனத்தி லார்ந்த
தேம்பலைக் கண்ணின் நீராய்
அள்ளிய நிலையில் தோழன்
அரற்றினன்; யானோ அந்தப்
பிள்ளையின் துயரைக் கண்டு
பெருநகை வடித்தேன், ஆமாம்!

சாவதாம்! முடிவாம்! சோற்றுத்
தடியர்தாம் சாவார்; செத்துப்
போவதால் மறைவார்; இந்தப்
புவியுளார் துயருங் கொள்ளார்;
ஆவதே நினைந்த மன்னன்
அனைத்தையுங் கொடுத்த வள்ளல்

சாவனோ? இல்லை; ஆங்கே
 சாவெனல் வாழ்வின் தேக்கம்!

நாற்பதில் உடலஞ் சாய்ந்தால்
 நானிலம் உளநாள் மட்டும்
நாற்பதே வயதில் வாழ்நாள்
 நல்லவன்; பிறர்க்கு வாழ்ந்தோன்!
பார்ப்பதோர் வடிவம், சாவில்
 படுத்ததும் கண்கள் அன்று
பார்க்குமோர் உருவத் தைத்தான்
 படமெனப் பிடித்துக் கொள்ளும்!

இன்னுமக் கலைவா ணன்தான்
 எம்மொடும் இருந்துமூத்து
'பொம்'மெனப் பருத்த தோள்கள்
 'பொக்'குற விழுந்து, தாடி
வெண்மையி லாடிக் கண்கள்
 விழுகுழிக் கிடந்து மாண்டால்
மென்மையில் லாத தான
 வேறுரு நிற்கும் நெஞ்சில்!

இளமையில் மாண்டான், என்றும்
 இளமையாய் வாழ எண்ணி!
கிழமையை நான்பெற் றாலும்
 கிருட்டிணன் உருவம் நெஞ்சில்
இளமையாய் நிற்கும் அன்றோ!
 எனக்கொரு பேரன் போல
'கிழவரே! சுகமா?' என்றே
 கேலியாய்ச் சிரிப்பான் அன்றோ!

சிறியனாய் மறைந்தா னேனும்
 சிறுமையில் மறைந்தா னில்லை!
அறிஞனாய் மறைந்தான்; மக்கள்
 அன்பனாய்ப் பிரிந்தான்; வாழும்
வறிஞரின் தெய்வ மாக
 வழியினை விட்டுச் சென்றான்!
பிரிந்தது மேனி; அன்றே
 பிறந்தனன் புகழ்சேர் ஞானி!

அருவி ஒய்ந்தது

'என்னிவன் வளர்ந்த பேறு!
எப்படிப் பயின்றான் இந்தச்
சின்னதோர் குழலுக் குள்ளே
செகத்தையே உருட்டும் பாடம்?
மன்னவன் இவனே! நாத
மண்டலத் தரசே!' என்று
தென்னவர் போற்ற நாதச்
செந்தமிழ் குரலில் கண்டோய்!

தாயினை இழந்த நாதம்
தவித்திட, தமிழர் வாடப்
போயினை என்ற சேதி
பொங்கிய செவியில் மோதச்
சேயினை இழந்த மாதர்
சிந்தையின் நடுக்கம் போல
ஆயின இதயம் உள்ளார்
அனைவரின் கருத்தும் கண்ணும்!

கையிலே இசையா, பொங்கும்
காற்றிலே இசையா, துள்ளும்
மெய்யிலே இசையா, மின்னும்
விழியிலே இசையா என்றே
ஐயனின் இசையைக் கேட்போர்
அனைவரும் திகைப்பர்! இன்று

கையறு நிலையிற் பாடக்
கருப்பொருள் ஆனாய்! ஓய்ந்தாய்!

குழலிலே இசைப்பாய்; மாதர்
குரலெனத் தோன்றும்! கீத
வழியிலே அழைப்பாய்! கால்கள்
வரும், மனம் தொடரும்! எங்கள்
விழியிலே செவியின் செய்கை
விளைந்திடத் தருவாய்! இன்றோ
அழலிலே நிறுத்திப் போனாய்;
அடுத்தெமை அழைப்பா ரில்லை!

'இதற்கிவன் ஒருவன், வேறிங்
கெவனுமேஇல்லை' என்றே
எதற்குமே வரம்பு போட
இப்புவி சிறிய தல்ல!
அதற்குநீ விலக்கே! இந்த
அகிலமெல் லாமும் நாத
மிதக்குநற் குழலுக் கெங்கள்
வேந்தநீ ஒருவ னேதான்!

இருந்ததோர் இசையைக் கையில்
எடுத்துநீ வளர்த்தாய் என்றால்
வருந்துவம் வழக்கம் போல!
மற்றநாள் மறப்போம்! ஆனால்
பிறந்ததோர் இசையை ஈண்டு
பெற்றவன் நீயே ஆனாய்!
அருந்தமிழ் வாழும் மட்டும்
ஐய! எம் கண்ணீர் வீழும்!

பரிசுகள் ஆட நின்பாற்
  பழகிய குழலைத் தூக்கி
வருகிறாய் நீஎன் றாலே
  மனதிலே கீதம் பொங்கும்;
'சரிகம பதநி' யோடு
  'ச'வென முடிந்து போகும்
குறுகிய சுரத்துக் குள்ளே
  குவலயம் படைத்துப் போனாய்!

செவியினில் ஓடி, எங்கள்
  சிந்தையில் ஓடி, இந்தப்
புவியெலாம் ஓடி, நின்பாற்
  பொங்கிய 'தோடி,' வேறிங்
கெவரிடம் போகும்? ஐய!
  இனியதைக் காப்பார் யாவர்?
அவிந்தநின் சடலத் தோடே
  அவிந்தது 'தோடி' தானும்!

மனம்ஒரு ஆட்டம் போடும்
  மயிர்க்கால்கள் சிலிர்த்து நிற்கும்!
நிணம்தசை நார்கள் யாவும்
  நிலைபெயர்ந் துணர்ச்சி பொங்கும்!
குணங்களும் மாறல் போலக்
  குறிகளும் தோன்றும்! நாதத்
தனிநின் 'மகுடி' கேட்டால்
  தரணியே பாம்பாய்ப் போகும்!

அடாநான் மறந்து போனேன்
  அன்பநின் பெயரைச் சொன்னால்
'அடாணா' மன்னன் என்றே
  அனைவரும் சொல்வர்; அந்த

அடாணா, உனைஎ ரிக்க
அடக்கிய சிதைக்குள் ஓடிக்
கெடாமல் வாழும் என்றால்
கேட்பவர் சிரிப்பர்! உண்மை!

நாட்டையே கலக்கி வைத்து
நாளுக்கு நாள் வளர்ந்த
'நாட்டை'யைக் கொண்டு சென்றாய்!
ராகத்தில் அதற்கும் சாவு!
பாட்டென்ன தாள மென்ன
பண்மன்ன! நீயில் லாமல்
ஓட்டைதான்! 'காம்போ' திக்கும்
உடைந்தது கோட்டை! ஐயோ!

தவுலுக்குக் கொஞ்ச நேரம்
தனிஆவர்த் தனங்கொ டுத்து
'கவுளி'வெற் றிலையில் நான்கைக்
கையிலே எடுத்து வாயில்
அவலெனக் குதப்பும் போதே
ஆவர்த் தனம்மு டிந்தால்
தவுல்போலக் குழலை வாசித்
தவன்பாரில் ஒருவன் நீதான்!

நாட்டவர் போற்ற வாழும்
நல்லிசை வாணர் யாரும்
வேட்டியைத் துவைக்கும் போதும்
விடமாட்டார் தாளக் கட்டை!
வேட்டியா! சீச்சீ, நீதான்
வீதியில் நடக்கும் போதும்
பாட்டுளார் 'ஆதி' தாளம்
படித்திட நடப்பா யன்றோ!

ஒத்தூதும் பையன் கூட
　　உன்னரு கிருக்குங் காலை
ஒத்துவாத் தியத்தில் ராகம்
　　ஊதிட முயல்வான்! நீயே
கைத்தாளம் போடும் காட்சி
　　காண்பவர் உடம்பெல் லாமும்
'மெய்த்தாளம்' போடும் என்றால்
　　வேறென்ன முடியும் சொல்ல?

மேடைக்கு நீதான்! உந்தன்
　　மேனிதான்! இடுப்பைச் சுற்றும்
ஆடைதான்! காதில் தொங்கும்
　　அழகிய கடுக்கன் தான்! நல்
வாடைக்கு வாரிப் பூசும்
　　மார்புச்சந் தனந்தான்! யாவும்
பாடைக்குள் ஒடுங்கிற் றெங்கள்
　　பார்வைக்கு மறையக் காணோம்!

எப்படித் தழலில் உன்றன்
　　எழில்மேனி எரிந்த தையா
அப்படி உனைஎ ரிக்க
　　அழலுக்கேன் கடின நெஞ்சம்?
செப்படி வித்தைக் காரர்
　　திரண்டுள்ளார்! அவரை விட்டுக்
கைப்பிடி யாக உன்னைக்
　　காலமேன் அழைத்த தையா?

காலத்தால் மறைந்த போர்உன்
　　கைக்குழல் நாதம் கேட்க
ஓலமிட் டழுதார் என்றோ
　　உனைவந்து அழைத்த தையா?

பாலம்போட் டவர்கள் வாழும்
 பகுதிக்குப் போக இந்த
ஞாலமோர் வழிவ குத்தால்
 நாங்களும் வருவோ மன்றோ?

'இசையெல்லாம் எங்கள் சொந்தம்'
 என்றிருந் தவர்கள் நின்றன்
அசைவெல்லாம் இசையாய் மாற
 அயர்ந்தனர்! எதிலும் அன்னார்
வசை, குறை காண்பார்! உந்தன்
 வாய்ப்புறம் பொங்கி வந்த
இசையினிற் பணிந்தார்! உன்னால்
 எம்மையும் வணங்கு கின்றார்!

'நாட்டியத் துறைக்கு நாங்கள்
 நாயகர்' என்றார்; ஆனால்
பாட்டியல் துறைக்குத் தம்மைப்
 பறையறை விக்க வில்லை;
'கூட்டிய ராச ரத்னக்
 கோமகன் காதில் வீழ்ந்தால்
பாட்டிலே கொய்வான்' என்றே
 பயந்தனர்; தளர்ந்தார்; ஓய்ந்தார்!

பண்ணென்றும் சுருதி யென்றும்
 பலவகைப் பேதம் என்றும்
கிண்ணென்றும் மொழிவார்! எம்மைக்
 கீழ்மேலாய்ப் பார்ப்பார்! உன்னை
முன்னின்று பார்த்தால், தங்கள்
 மூச்சோடும் பேச்ச டங்கித்
தண்ணென்று குளிர்வார் என்றால்
 தனியனே இனியார் வல்லார்!

வேண்டிய பலபேர் எம்மை
மிகச்சிறு வயதில் விட்டு
மாண்டனர்; அப்போ தெல்லாம்
மனத்துயர் அதிக மில்லை!
ஈண்டுநின் மரணச் சேதி
இழைத்ததோர் துயரம் தன்னை
மீண்டொரு முறைநீ வந்தால்
விளங்குவாய் வேந்தர் வேந்தே!

(நாதஸ்வர மேதை திரு.டி.என். ராஜரத்தினம் பிள்ளை மறைவு குறித்து)

அம்பேத்கர்

'ஒருவனால் கோடி மக்கள்
 உயர்ந்தனர்' என்றால், அந்த
ஒருவனே நீதான்; உன்னால்
 உயர்ந்தவர் தாழ்த்தப் பட்டோர்!
'செறுமினால் குற்றம்; எம்மைத்
 தீண்டினால் குற்றம் என்றே
குறுமதி வீணர் சொன்ன
 குலத்திடை விளக்கம் தந்தாய்!

'என்புதோல் யார்க்கும் ஒன்றே!
 எப்படி இவர்கள் மேலோர்?
அன்பரீர்! எழுவீர்!' என்றாய்;
 ஆர்த்ததே இந்துப் பாம்பு!
மின்படு கணத்தில் அந்த
 விரியனைக் கொன்றாய்! சாதி
என்செயும் என்ப தேபோல்
 எடுத்தனை 'மேலோர்' பெண்ணை!

தூக்கமே சாக்கா டாக
 தூயநீ சென்றாய்! அந்த
ஏக்கமே நோக்கா டாக
 இளைத்தனர் தாழ்த்தப் பட்டோர்!
ஆக்கமே பெறுவோம்! சார்ந்த
 அறிவறு சாதிப் பாம்பை(த்)
தாக்குவோம் நின்பாற் பெற்ற
 தடியுண்டு! கைக ளுண்டே!

வள்ளல் அழகப்பா

அறவலியும் பொருள்வலியும் அரண்வலியும்
புயவலியும் அடுக ளத்துத்
திறவலியும் மிகவுடையான்; திகைத்திருந்த
கொடிவளரத் தேரளித் தான்;
மறவர்குலச் சுடரொளியான்; மனிதகுலம்
உளவரைக்கும் பெயர்வ ளர்த்தான்;
தருவதலாற் பெறுவதிலாத் தமிழாளன்
பாரிபுகழ் படித்த றிந்தோம்!

கொற்றவர்போம் வாசலினான் குன்றெடுத்த
முள்ளூரான் கோவி லூரான்
மற்றொருவன் இல்லையெனத் தன்னாவி
உளவரைக்கும் வழங்கி வந்தான்
கற்றவர்க்கும் பெரியோர்க்கும் கண்மலரப்
பொருளீந்தான் கனிந்து கண்டான்
நற்றிணையிற் புகழ்மணக்கும் நன்னாடன்
காரியையும் கேட்ட றிந்தோம்!

களைமிகுந்த தமிழிடத்துக் களைபடிந்து
போனதெனக் கருத்திற் கொண்டு
களையெடுத்து வருகவென அவ்வைக்குக்
களைக்கொட்டுக் கனிந்த ளித்தான்.
பழையநகர் நாடாண்ட பண்பாளன்
பற்றறுத்த பொருள் படைத்தோன்

மழைக்கரத்துப் பேராளன் – மற்றொருவன்
காரியையும் மனத்திற் கொண்டோம்.

கொல்லியெனும் மலைநாடன் கொல்புலியான்
'அகம்'புகழும் வல்வில் லோரி
இல்லையென வருவார்க்கு இல்லையெனா(து)
எடுத்தெடுத்தே ஈந்த ளித்து
நல்லிசையும் கூத்தாட்டும் நடத்தவரும்
கலைஞருக்கு வழிதி றந்தே
எல்லையுள வரைதந்தான் இன்றுவரை
வாழ்வதையும் இயம்பக் கேட்டோம்.

மனைவியரின் மங்கலநாண் தனைத்தவிர
மற்றெல்லாம் ஈந்த வள்ளல்
கனிமொழியன், தமிழ்வேளிர் குலந்தந்த
கலைவேந்தன், கற்ப கக்கா
வனக்களிறு கண்டற்றே மனக்களிறு
குதித்தெழும்பக் கவிபு னைந்தான்
இனியமொழி முடமோசி எழுந்துவழி
நின்றுலவும் ஆயைக் கேட்டோம்.

குதிரைமலை எழினியையும் நள்ளியையும்
மலையனையும் பேகன் என்பான்
கதகதக்க மயிலுக்குப் போர்வைதரு
கனிவினையும் பிற்றை நாளில்
பதிமுழுதும் பஞ்சமெனத் துடிக்குங்கால்
பொருளீந்த சீதக் காதி
நதியினையும் பிறர்சொல்லக் கவியுரைக்க
நாம்கேட்டோம், கண்டோ மில்லை!

கண்டறிய நாளென்று தலைமுறைக்குக்
கண்திறந்தான் ஒருவ னென்றால்
'எண்டிசையும் புகழ்மணக்க இருந்தபெருந்
தமிழணங்கு' ஈன்ற வள்ளல்
பண்டொருநாள் மீன்கொடியிற் பார்புரந்த
பாண்டியனின் வழியில் வந்தோன்
கொண்டதெலாம் கல்விக்கே கொடுத்துவந்த
அழகப்பன் தவிர யாரே?

வல்முடிவே! பேய்ப்பசியே! மனம்படைத்தோர்
உயிர்வாங்கும் மரணத் தீயே!
'செல்வெளியே!' என உரைக்கத் திறமிலதால்
உனைக்காண வழியி லாதால்
கல்விநிலைப் பெருங்கடலைப் கணப்பொழுதில்
முடித்தாயோ! பாவி! பாவி!
பல்பொருளும் புவிக்கீந்த பாரிமகன்
உயிராநின் பசியைத் தீர்க்கும்?

முதலாளி மார்களிலே முழுமுதலைக்
கல்விக்கே முடிந்து வைத்த
முதலாளை நீகொன்றாய்! மற்றவர்கள்
வாழ்கின்றார், முதல டிக்க!
சதிகாரச் சாவே! நின் வயிற்றினிலே
சர்வகலா சாலை காண
இதமான ஆள்வேண்டு மென்றோஎம்
பெருமகனை எடுத்துச் சென்றாய்?

கல்வியெனில் முகமலரும், கற்றவர்கள்
தமைக்கண்டால் சிரம் வணங்கும்,
செல்வநிலை தேய்ந்திடினும் உள்ளநிலை
தேயாமல் சிரித்து நிற்கும்

பல்பொருளும் கல்வியுருப் பற்றிவிட
மற்றோர்க்கும் பாதை காட்டி
வல்முடிவிற் போய்ச்சேர்ந்தான் அழகப்பன்!
அவன் நாமம் வாழ்க மாதோ!

ஆறாது ஆறாது அழுதாலும் தீராது

விந்தியக் கோடும் பொய்யே!
 விரிகடல் அலையும் பொய்யே!
சந்திரன் எழிலும் பொய்யே!
 தாரகை ஒளியும் பொய்யே!
தென்திசைத் தமிழும் பொய்யே!
 தென்றலும் பொய்யே! காதல்
மந்தி ரம் பொழியும் மாதர்
 மயக்கமும் பொய்யிற் பொய்யே!

இப்பொழு திருந்தான் அண்ணன்;
 இன்றுநான் பார்த்தேன்! காலை
துப்புர வெளுக்கும் போழ்தும்
 தூங்கினான்; கண்டேன்! கொஞ்சம்
அப்படி நகர்ந்தேன்; மீண்டும்
 அருகினில் வந்தேன்! ஐயோ
எப்படிச் சொல்வேன்! அண்ணன்
 இல்லையே! இல்லை! இல்லை!

கருணையும் மறையு மென்றால்
 காலமோர் உண்மை யாமோ?
பொறுமையும் அழியு மாயின்
 பூதலம் உறுதி யாமோ?

வருவதை வாரி வாரி
　　வழங்கிடும் அண்ணன் மேனி
எரிதழல் படுவ காண்போர்
　　இப்புவி நிலையென் பாரோ?

மாந்திய வயிற்றின் சோகம்
　　மாற்றவே பொருளென் பானே!
ஈந்ததாற் சிவந்த கையை
　　இளையதா மரைஎன் பானே!
மாந்தருக் குழைப்ப தொன்றே
　　மகிழ்ச்சியின் தாயென் பானே!
மாந்தளிர் நகையை என்றும்
　　மறக்கிலான் போயி னானே!

இறந்தனன் எனநி னைக்க
　　இரும்பினால் நெஞ்சம் வேண்டும்!
வருந்துவர் வருத்தம் நீக்க
　　மறைந்தவன் வரத்தான் வேண்டும்!
அருந்தமிழ் ஆற்றல் கொண்டே
　　ஆயிரம் துயரம் தீர்ப்பார்,
இறந்தஎன் அண்ணன் தந்த
　　இத்துயர் தீர்ப்பா ரல்லர்!

நள்ளிராப் போழ்தில் ஓர்நாள்
　　'நட'என்றான்; 'எங்கே' என்றேன்
கள்ளரும் துயிலும் வேளை,
　　'கடற்கரை'க் கென்றான்; சென்றோம்;
உள்ளூறும் மணற்பாங் கின்மேல்
　　ஓய்வுற அமர்ந்தோம்; அண்ணன்
வெள்ளிய மனத்தை ஆங்கே
　　விரித்தனன்; கதைகள் சொன்னான்!

சிறுவய திருந்து தன்னைச்
சிதைத்ததோர் வறுமை சொன்னான்
வருவது வரட்டும் என்றே
வாழ்ந்ததோர் பொறுமை சொன்னான்;
பெரும்புகழ் பெறுவ தாலே
பெற்றதோர் மகிழ்வும் சொன்னான்
'இருப்பினும் அமைதி மட்டும்
இல்லையே தம்பீ! என்றான்!

'மனத்தினைக் குடையும் துன்பும்
மாற்றுவ தெவ்வா' றென்றான்;
'கனத்தினைத் தூக்கி இந்தக்
கடலிலே வீசும்' என்றேன்;
நினைத்ததை முடிக்கும் நெஞ்சன்
நிமிர்ந்தனன்! 'தம்பீ! உள்ளிற்
கனப்பது மானம்' என்றான்;
கலங்கினேன்! பதிலா சொல்வேன்?

இழையுமத் துயரம் கூறி,
'இதுமட்டும் இல்லை யென்றால்
மழையெனப் பொழிவேன்; வாரி
வழங்குவேன்! சம்பா திப்பேன்!
கழையிலும் ஏறி வித்தை
காட்டுவேன்! புதிய எண்ணம்
தழைப்பதை வீசி வீசித்
தமிழையும் காப்பேன்!' என்றான்.

'இதுவரை யாருக் கேனும்
இடர்கள்நான் செய்தே னில்லை!
சதிபுரிந் தொருவர் செல்வம்
சற்றுமே கொண்டே னில்லை!

கதியிலார்க் குதவ லின்றிக்
　　கைப்பொருள் காத்தே னில்லை!
மதிவழி வாழ்ந்தேன்! அந்தோ!
　　மனத்துயர் தவிர்ந்தே னில்லை!''

அண்ண(ன்) இவ்வாறு சொன்னான்!
　　அருவிபோல் கண்ணீர் சிந்தி
மண்ணிடை வடித்தேன்! ஐயோ!
　　மண்டிய கொடுமைக் காடே!
புண்ணிய நெறியில் லாத
　　புன்மைசேர் காலக் கூத்தே!
அண்ணனைக் கொன்றாய்! எங்கள்
　　அமைதியைக் கொன்றாய்! கொன்றாய்!

இறந்தபின் முகத்தைப் பார்த்தேன்!
　　எழிலடா எழிலின் தேக்கம்!
பொருந்திய அமைதி யாலே
　　புன்னகை பொழிந்தான் அண்ணன்!
நெருங்கிய கூட்டம் மோதி
　　நேயனின் முகத்தைப் பார்த்து
வருந்திய வகையைக் கூற
　　வார்த்தைதான் தமிழில் இல்லை!

பூனையும் கிளியும் தேம்பிப்
　　பொறுமிய தாகக் கூறும்
பாநயம் படித்தா ரன்றிப்
　　பார்த்தவர் இலவே இல்லை!
பூனையா? சென்னை மண்ணின்
　　புல்லெலாம் விம்மி விம்மி
கூனிய துயரம் கண்டோம்!
　　கூவிய குரலும் கேட்டோம்!

எத்தனை தாய்மார்! ஏழை
எளியவர்! புலவர்! வீரர்!
கத்திடும் கடலும் தோற்கும்!
காவிரி நீரும் ஓயும்!
'சித்தனே! இனிமேல் இந்தச்
செகத்தையார் காப்பார்?' என்றே
அத்தனை பேரும் சொன்னார்
அழுகுரல் நகரம் முற்றும்!

வாரிய கைக ளைத்தீ
வாயினில் அவித்தோம்! இன்பம்
கூறிய வாயில் கொண்டே
அரிசியைக் குவித்தோம்! அன்பில்
சீரிய கண்கள் மூடிச்
சிதையிடை வைத்தோம்! சாவில்
தேறிய இதயம் தன்னைத்
தீயடா, தீயில் நீத்தோம்?

தப்பியே பிறந்த நெஞ்சம்
தாய்நெஞ்சம்! பிள்ளை நெஞ்சம்!
செப்பரும் கொடையின் நெஞ்சம்
தேனிலே தோய்ந்த நெஞ்சம்!
ஒப்பில்லா மணியாம் எங்கள்
உயர்கலை வாணர் நெஞ்சம்,
இப்புவி உளநாள் மட்டும்
இனிப்பிறர் காணா நெஞ்சம்!

அருகிலே இருந்த காலம்
அலையென மோதி மோதி
உருகிஎன் மனத்தை வாட்டி
உருக்குலைக் கின்ற தையோ!

கருகிய சடலத் தோடு
    கலந்துநான் சென்றி டாமல்
இருப்பதேன்; கடின நெஞ்சம்!
    என்நெஞ்சம்! பாவி நெஞ்சம்!

(கலைவாணர் என்.எஸ்.கே. மறைவு குறித்து)

டாக்டர் நாயுடு

பள்ளியிலே பயில்கின்ற வேளையிலும்
பொதுவாழ்விற் பங்கு கொண்டு
துள்ளியொரு போர்மேவிச் சிறைசென்ற
தூயவனே! தமிழர் நாட்டில்
கள்ளமனம் கொண்டோர்தம் இனங்காக்கக்
காங்கிரசில் சேர்ந்த நாளில்
உள்ளிருந்தே போராடி உதைதந்தே
ஓடவைத்தாய்! உண்மை! உண்மை!

ஒருகுலத்துக் கொருநீதி உரைத்தமனு
நீதியினை உவந்து போற்றிக்
குருகுலத்தில் அதைக்கொண்டு குறுக்குவழி
புகுத்திய வ.வே.சு.ஐயர்
மறுமணத்தை ஊரறிய நீசெய்தாய்
மாத்தமிழர் பெருமை பெற்றாய்!
திருவிளக்கின் ஒளிசாய்ந்தாற் போற்சாய்ந்த
தென்னவனே! வாழி! வாழி!

'வெஞ்சிறைகள்! கொடுங்கோன்மை! வேரறுக்கும்
போர்முழக்கம் இவைக ளெல்லாம்
நெஞ்சுரத்தை மாற்றுமெனில் நீதியெலாம்
சுடுகாடு நோக்கிச் செல்லும்!
அஞ்சுவதேன்! செந்தமிழீர்! அன்னியர்க்கு
நாமடிமை அல்லோம்! அல்லோம்!

கெஞ்சுவதோ! தாள்பணிந்து கேட்பதுவோ
தாயகத்தின் சுதந்திரந்தான்!

போர்புரிவோம்! வருக'வெனப் புலிபோல
நீசெய்த முழக்க மெல்லாம்
பாரறியும்! ஊரறியும்! பகுத்தறிவோர்
நெஞ்சறியும்! பழைமை யென்னும்
வேரழித்த கொற்றவனே வேறானாய்!
நீறானாய்! விந்தை யானாய்!
நீறான போதிலும்எம் நெஞ்சானாய்!
நினைப்பானாய்; நிலையே ஆனாய்!

(டாக்டர் திரு.வரதராஜுலு நாயுடு மறைவு குறித்து)

விடுதலை வீரன் நாகி

விலைகொடுத் தடைவ தேதான்
 விடுதலை! வரலாற் றின்கண்
தலைகொடுத் ததனைப் பெற்ற
 தலைவர்கள் தொகையில் இன்று
நிலைபெறும் இடத்தைப் பெற்றான்
 நிகரிலா வீரன் நாகி!
உலகிடை வாழும் மாந்தர்
 உளமெலாம் நிறைந்தான் நாகி!

'என்னகம், என்தாய் மக்கள்
 என்னருங் குலத்தார் வாழும்
பொன்னகம், இதிலே மற்றோர்
 பொருள்பெறல், சரியோ? எங்கள்
அன்னையே மிதிப்பார் தங்கள்
 அடிதொழச் சகியோம்! ஐயா!
என்னரும் நாட்டை நீங்கி
 இக்கணம் செல்வீர்!" என்றான்.

பகுத்தறி வுடைய மக்கள்
 பளிங்கெனக் காணும் வண்ணம்
உகுத்தஇச் சொல்லால் அந்த
 உத்தமன் தலையைக் கொய்து
மிகுந்தெழும் குருதிச் சேற்றில்
 மிதந்தனர் வெறியர்! மண்ணில்

வகுத்ததோர் மக்கள் ஆட்சி
வழிபிறழ்ந் தழிந்த தையோ!

சுதந்திர வேட்கை தன்னை
சோவியத் வெறிநாய்க் கூட்டம்
மிதந்திடும் தலையைக் காட்டி
வீழ்த்திட நினைக்கும்! இன்ப
இதந்தரு மனையைக் காக்க
எழுந்தவர் உதிரங் கண்டு
சிதைந்துபின் மறைவா ரல்லர்,
சிவந்தெழுந் தழிப்பார் உண்மை!

கூலிகள் குழுவைக் கொண்டு
குவலயம் முழுதும் தங்கள்
வேலியை வளர்க்க எண்ணும்
வெறியரை உலகோர், வீழ்ந்த
ஆலிலைச் சருகைப் போன்றே
ஆக்குவார்; எரிப்பர்! பெற்ற
பாலகன் வாயும் அந்தப்
பதர்களைக் கடிந்தே சொல்லும்!

சோவியத் நாடு மட்டும்
சொக்கமென் றெண்ணும் வண்ணம்
ஓவியந் தீட்டிக் காட்டும்
உலுத்தர்கள், நாகி மன்னன்
ஆவியைப் பறித்த சொர்க்கம்
அஃதெனல் மறைக்கின் றாரே!
மேவிடும் எதிர்ப்பில் தாங்கள்
வீழுநாள் காண்பார்! காண்பார்!

பொதுமையின் பூங்கா அல்ல
புல்லர்கள் வாழும் நாடு!

சதிபுரிந் ததிகா ரத்தைத்
தரணியில் பரப்ப எண்ணும்
மதியிலா வெறியர் பூமி
மாண்பறு தலைமை கொண்ட
பதியது! உலகீர்! இந்தப்
பாதகர் உண்மை கேளீர்!

நாட்டினர் வாழ்வுக் கான
நல்லதோர் பாதை என்றே
ஏட்டிலே லெனினைக் கற்றார்
ஏறினார் பொதுமை நோக்கி!
கேட்ட அங்கேரி மக்கள்
கிளர்ச்சியில் தாமும் சேர்ந்து
நாட்டிலே பொதுமைக் கொள்கை
நாட்டினர் தமக்குள் தாமே!

புகுந்தது வெறியர் கூட்டம்!
பொருளையும் திருடிச் சென்று
மிகுந்ததைக் காலால் தூவி
வீழ்ந்ததைப் பொறுக்கச் செய்து
'தகுந்தகும்! பெறுவீர்! எங்கள்
தலைமையின் சுவையைக் காண்பீர்!
இகம்பரம் இரண்டின் ஊரே
இழுபறி வாழ்க்கை வாழ்வீர்!''

எனும்படி அடக்கி ஆளும்!
ஏங்கினர் மக்கள்! ஐயோ!
மனங்கெடு மிருகந் தன்னை
வருந்திநாம் அழைத்தோம் என்றே
இனந்துயர்க் கடலில் வீழும்!
இந்நிலை அறிந்த நாகி

கனம்படு குரலில் அந்தக்
கயவரை எதிர்த்தான்! ஐயோ!

சோவியத் டாங்கிச் சேனை
சூழ்ந்ததங் கேரி நாட்டை!
பாவியும் பதறும் வண்ணம்
பறித்தது மக்கள் வாழ்வை!
நாவிலே சனங்கள் சக்தி
நயமுற விளக்கும் ரஷ்யப்
பாவிகள் உதிரச் சேற்றைப்
பாதையில் பரப்பி வைத்தார்!

மங்கையர் தம்மைச் சுட்டார்!
மதலையைச் சுட்டார்! தங்கள்
தங்கைபோல் மதிப்ப தாகத்
தரணியில் பொய்மை கூறி
மங்கையர் கற்பைக் கொய்தார்!
மரக்கிளை தனிலே, போரில்
பாங்கிலா தவரைக் கூடப்
பதறிடத் தூக்கில் போட்டார்!

அரும்பெறல் மக்கள் வாழ்க்கை
அழிவதைக் கண்ணால் கண்டே
உருகினன் நாகி! 'வஞ்ச
உலகமே எங்கள் நாட்டை
ஒருமுறை பாராய்' என்றான்;
உலகுள நல்லோர் நெஞ்சம்
உருகிட அங்கே ரிக்குள்
உருண்டது மக்கள் மேனி!

செங்கொடி என்கின் றாரே
சிவப்பதன் பொருளைக் கேளீர்!

'எங்கணும் வாழும் நல்லோர்
 இரத்தமே எங்கள் தேவை!
பொங்குமக் குருதிக் குள்ளே
 புழுவென நெளியும் தோற்றம்
அங்கதன் அரிவாள் சுத்தி
 அறிகுவீர்!' இதுதான்! ஆமாம்!

தலைகளைக் கொய்த தோடு
 தறுக்கர்கள் நின்றா ரில்லை!
தலைவனாம் நாகி தன்னைத்
 தாரணி அறியா வண்ணம்
கொலைபுரிந் ததனைக் கூடக்
 கொள்கையென் றுரைத்தார்! சீச்சி!
இலகுமிவ் வுலகில் இன்றிவ்
 விழிசெயல் செய்வார் யாரோ?

வீரனே நாகி! நின்னை
 வியன்புவி உள்ள மட்டும்
தீரனென் றுரைக்கும்! எங்கள்
 சிந்தையும் வணங்கும்! நித்தம்
மாறுமிவ் வுலகம் ரஷ்ய
 மாக்களின் கொள்கை தன்னைக்
கூறுபோட் டழிக்கும்! முற்றக்
 கொதிக்குமென் நெஞ்சின் ஆணை!

பிறக்குமெங் குழந்தைக் கெல்லாம்
 பெயரிட நினைக்கும் போழ்து
மறக்குமோ நின்பேர்! எங்கள்
 மதலையும் 'நாகி' யாகித்

தறுக்கர்கள், பொதுமை பேசும்
சழக்கர்தம் ஆதி பத்யக்
கருக்குழி யறுக்கும்! உந்தன்
கனவினை நனவாய்ச் செய்யும்!

கே.வி.கே.சாமி

கண்ணீர் பெருக்கட்டும்! கைகள் பிசைந்தழட்டும்!
உண்ணிறைந்த நெஞ்சம் உடைந்து சிதறட்டும்!
விண்ணிருந்து மீன்கள் வெலவெலத்து உதிரட்டும்!
மண்ணிருக்கும் பூக்கள் மாளட்டும், மறையட்டும்!
ஆடும் மரங்களெல்லாம் அடியற்று வீழட்டும்!
அசைகின்ற பூங்கொடிகள் அத்தனையும் சாயட்டும்!
கூவும் குயிலினங்கள் கூண்டோடு தொலையட்டும்!
குளிர்ந்துவரும் இளங்காற்று கொதிப்பேறிப் போகட்டும்!

ஊருக் குழைத்தவனை உத்தமனைக் கண்மணியை
வீரர்க்குள் வீரனென வேற்றவரும் போற்றிவரும்
சீருக்கு நாயகனை சிந்தனையில் தம்பியினை
போருக்கு முறையறியார் புறம்போக்கிக்கொன்ற பின்னர்
நெஞ்சம் இருந்தென்ன, நினைப்பென்ன, மண்ணென்ன?
வஞ்சகந்தான் இங்கு வாழுமெனின் - வகையறியா
நெஞ்சகந்தான் என்றும் நிலைக்குமெனில் - இந்நாட்டைக்
கொஞ்சமுமே வைக்காது குமுறும் கடல்கொளட்டும்!

வேறு

இறந்தனை தோழா! எங்கோ
ஏகினை, எம்மை விட்டு
மறந்தனை! தோழர் கூட்டம்
மாசறு நின்பாற் கொண்ட

திறந்தனை அன்பை, நெஞ்சத்
திண்மையை எண்ணி எண்ணிக்
கரைந்திடச் சென்றாய் ஐயோ!
காண்போமா நின்னை மீண்டும்?

இருநிறக் கொடியைத் தோழர்
ஏறிட்டு நோக்குந் தோறும்
ஒருநிறம் உன்னைக் காட்டும்;
உணர்ச்சியைக் கிளறும்; கீழே
மாநிறம் வீணர் உன்பால்
வாங்கிய உதிரம் காட்டும்;
சிறுமொழி அறியாத் தோழர்
சிந்தையை வாட்டும்! வாட்டும்!

வாழையிற் கன்றும் உண்டு;
மன்னவர்க் கிளையோர் உண்டு;
கோழையர்க் கவரே உண்டு;
குறுநிலம் வியர்வை வீழ்த்தும்
ஏழையர்க்(கு) உனையல் லாது
எவருளார்? அதனால் அன்னார்
ஆழிவாய்ச் சத்தம் போல
அரற்றுதல் கேளாய் தோழா!

'அண்ணாச்சி' என்று எம்மை
அழைக்குமோர் சொல்லை மீண்டும்
புண்ணான எங்கள் நெஞ்சம்
போயெவ ரிடத்திற் கேட்கும்?
திண்ணாரும் தோழ! நாங்கள்
திரும்பிய இடமெ லாமும்
கண்ணோடு வந்து நின்று
கதறவே வைத்துச் சென்றாய்?

கண்ணியம் கடமை யாவும்
 கருத்தினிற் கொண்ட தம்பி
எண்ணிய எண்ணி யாங்கு
 இயல்புடன் முடிக்கும் தம்பி
புண்ணுறும் உடலம் தாங்கிப்
 போயினன் என்ற சேதி
அண்ணனின் காதில் வீழ
 அன்றெலாம் கலங்கி நொந்தார்!

அண்ணனே கலங்கும் போது
 அடுத்தவர் நிலையா தாகும்?
புண்ணெலாம் உனக்கே யல்ல!
 பொருந்திய இலட்சம் தோழர்
கண்ணெலாம் கருத்தெல் லாமும்
 கசிந்தது குருதி வெள்ளம்!
எண்ணெலாம் நிறைந்த நேயா!
 இறந்தனை; மெலிந்தோம் நாங்கள்!

ஐயகோ! தமிழே! தாயே!
 அருமறை முப்பால் கூறும்
செய்யதோர் நெறியார் வாழ்வில்
 செலுத்திய வீரன் தன்னைக்
கொய்தனர் நீசர்! நாங்கள்
 கொதிக்கிறோம்! வாலி ராமன்
கையிலே மடிந்த போழ்திற்
 கதறினார் தன்மை கொண்டோம்!

சாமி! நின் னடிகள் போற்றி!
 தமிழ! நின் வீரம் போற்றி!
தூய! நின் மென்மை போற்றி!
 தோழனே! வாழ்க நெஞ்சில்!

பொழிந்த மேகம்

உள்ளத்தால் உடலால் வண்ண
    உரையினால் தமிழே தந்த
வெள்ளத்தான் புலவோர் மன்னன்
    வேற்படை வழியைச் சார்ந்தோன்
அள்ளித்தான் உலகுக் கீந்த
    அருந்தமிழ் மணக்கும் வேளை
கொள்ளித்தேர் புகுந்தான் அந்தோ!
    குவலயம் பிரிந்தான் ஐயோ!

வயல்பயிர் தேடும் மேகம்
    வரத்தடை நேர்ந்தால், ஆடும்
மயில்சிறை விரிக்கா திந்த
    மண்டலம் பிழைக்கா தென்றால்,
கயல்பிறழ் வையைக் கோமான்
    கனிந்த 'கார்மேகம்' சென்றால்
இயல்இசை கூத்தில் தோய்ந்த
    இன்தமிழ் பிழைப்ப துண்டோ?

உணவினை ஒழிப்பா யென்றால்
    உண்பதை ஒழிப்பான்; கொண்ட
மனைவியைப் பிரிவா யென்றால்
    மறுகணம் பிரிவான்; பார்க்கும்
பணியினை மறப்பா யென்றால்
    பள்ளியும் மறப்பான்; உந்தன்

'கனிமொழி' இழப்பா யென்றால்
கனல்வரக் கொதிப்பான்; சென்றான்!

அன்னையே! தமிழே! உன்னை
அன்பினால் வளர்த்தான்; போனான்;
பின்னையோர் துணையே தம்மா!
பேசவோர் மொழியே தம்மா!
உன்னையே நினைப்போ ரிந்த
உலகினைப் பிரிகின் றாரே!
தன்னையே உனக்கே தந்த
தமிழரும் மறைகின் றாரே!

தலைவனில் லாமற் செல்லும்
தானையோர் தானை யாமோ?
கலைஞனில் லாமல் வாழும்
கலைவளர் தல்காண் போமோ?
நிலைகுலைந் தாடும் நாட்டை
நிலைவுற வைப்பான் எங்கள்
தலைமகன் சென்றா னம்மா
தமிழுனை யார்காப் பார்கள்?

தமிழுக்கு வயதும் உண்டோ?
தமிழார்க்கும் முதுமை உண்டோ?
அமிழ்துக்கும் எல்லை உண்டோ?
அன்புக்கும் முடிநாள் உண்டோ?
தமிழ்பெற்றுத் தமிழைச் சேர்ந்து
தமிழ்காத்துத் தமிழிற் சாய்ந்த
தமிழ்நெஞ்சன் கார்மே கக்கோன்
தாளெங்கள் தலைமேல்! வாழ்க!

பட்டுக்கோட்டை கல்யாணசுந்தரம்

சின்ன வயதுமகன்
    சிரித்தமுகம் பெற்றமகன்
அன்னைக் குணம்படைத்த
    அழகுமகன் சென்றானே!
கன்னல்மொழி எங்கே?
    கருணைவிழி தானெங்கே?
மன்னர் மணிமுடியில்
    வாழ்ந்திருந்த செந்தமிழை(த்)
தென்னவர் பொருளாக்கித்
    தீங்கவிதை தந்தமகன்
கண்மூடித் தூங்குகிறான்
    கனவுநிலை காணுகிறான்!

விழுதுவிட வந்தமகன்
    விழுந்துவிட்டான் சாவினிலே!
அழுதால் வருவானோ?
    அரற்றுவதால் கிடைப்பானோ?
ஆறோடி நீரோடி
    அழகிழந்த விழிகளெல்லாம்
போராடிக் கொண்டுவரப்
    போமோ அவனுயிரை?

தன்னுயிரைத் தருவதனால்
    தங்கமகன் பிழைப்பானோ?
என்னுயிரைத் தருகின்றேன்
    எங்கேஎன் மாகவிஞன்?

வெற்றிலையும் வாயும்
    விளையாடும் வேளையிலே
நெற்றியிலே சிந்தை
    நிழலோடி நின்றிருக்கும்;
கற்றதமிழ் விழியில்
    கவியாக வந்திருக்கும்;
'அண்ணே' என உரைத்தால்
    அதிலோர் சுவையிருக்கும்!

பிள்ளைப் பருவம்
    பிழையா இளம்பருவம்!
கழுத்தில் தவழ்ந்துவரும்
    கைத்தறியின் துண்டெல்லாம்
பழுத்த தமிழ்பாடும்,
    பண்புரைக்கும்; வாழ்கவெனும்!

வாழும் வயதுமகன்
    வளர்ந்துவரும் தேன்கவிஞன்
ஆண்டிரண்டு செல்லவில்லை
    அன்புமனை கைப்பிடித்து!
பிஞ்சுமுகம் பாராமல்,
    பேதைகுரல் கேளாமல்,
நெஞ்சொடிய ஓலமிடும்
    நேயர்முகம் காணாமல்,
காத்திருக்கும் படவுலகின்
    கையணைவைக் கருதாமல்

நின்றதுபோல் நின்று
நெடுந்தூரம் பறந்துவிட்டான்!!

முதிர்ந்த கிழமிலையே!
மூச்சடங்கும் வயதிலையே!
உதிர்ந்த மரமிலையே!
உலர்ந்துவிட்ட கொடியிலையே!

வறண்ட குளமிலையே!
வற்றிவிட்ட நதியிலையே!
இருண்ட பொழுதிலையே!
ஏய்க்கின்ற நாளிலையே!

'ஆரம்ப மாவதெலாம்
பெண்ணுக்குள்' என்றானே,
ஆடி அடங்குகிறான்
மண்ணுக்குள் என்சொல்வேன்?

எங்கினிமேல் காண்போம்?
எவர் இனிமேல் புன்னகைப்பார்?
தங்கமகன் போனபின்னர்
தமிழுக்கும் கதியிலையே!

வெங்கொடுமைச் சாக்காடே!
விழுங்குவதற் கேற்றபொருள்
மங்காத செங்குருதி
மகனென்றோ எண்ணமிட்டாய்?
கல்யாண சுந்தரனே!
கண்ணியனே! ஓர்பொழுதும்

பொல்லாத காரியங்கள்
புரியாத பண்பினனே!

சாவதுல கியற்கை;
 சாவதற்கும் நீதியுண்டு!

நீதியிலாச் சாவுன்னை
 நெருங்கிவிட்ட தென்றாலும்
வாழும் தமிழ்நாடும்
 வளர்தமிழும் கலைஞர்களும்
வாழுகின்ற காலம்வரை
 வாழ்ந்துவரும் நின்பெயரே!

கண்ணீர்

தமிழ்மகள் உறங்கத் தான்விழித் திருந்து
இமையசை யாதொரு பகையணு காமற்
காத்திருந் தானுயிர் காற்றொடும் போயது!

ஆற்றொழுக் காயசெந் தேன்தமிழ் ஊற்றி
அற்றையப் புகழ்நிலம் பிற்றைய நாளிலும்
மாற்றவர் கைகளில் மாண்டொழி யாவணம்
காத்திருந் தானுயிர் காற்றெனப் போயது!

'சாத்தனும் மாய்ந்தபின் பூத்தியோ முல்லை'யென்(று)
ஆற்றுகி லானாய் அழுதவன் துயரினும்
நாத்திறல் மறவன் தீம்படுக் கைகொளப்
பார்த்தவன் துயர்க்குரல் பன்மடங் காயது!

எம்மரு மன்னைஇப் புதல்வனை உயிர்த்ததும்
தம்மருங் குலத்தவர் தமக்கென வளர்த்ததும்
செம்மொழி படைத்ததும் திறத்தொடு காத்ததும்
மும்முடி சூட்டிமெய் முதநிலை கொடுத்ததும்
கொள்முதல் குவித்ததும் கொடுமுதல் வளர்த்ததும்
உள்ளுவ யாவினும் உயர்வினை வைத்ததும்
வெள்ளலைக் கண்களில் செவ்வலை சேர்த்ததும்
சொல்லொடும் கனல்வரும் துடிப்பினைத் தந்ததும்
பின்னொரு புலவரும் பெற்றிலாப் பெற்றியே!

பாரதிர்ந் தெழுந்துயார் யாரெனக் கேட்குமா(று)
ஊரெழுந் தோடிஎம் உயிரெனக் கூறுமா(று)

ஏறெழுந் தன்னஎம் பாரதி எழுந்துசொல்
மாரிபெய் வான்புனல் மாரிபெய் வான்என!
மாதமும் மாரிஇம் மண்ணிடைப் பொய்ப்பினும்
நாதமும் மாரிந டாத்துவான் பாரதி!

தூதுவந் துற்றதோ? தூமணிப் பாவலன்
ஓதுசெந் தமிழ்ச்சுவை உலகெலாம் கேட்டதோ?
மாண்டவர் உளமதை மாந்திடத் துடித்ததோ?
தாயழப் 'பாரதித் தமிழ'ழப் போயினன்!

போயவன் தந்தநற் பொருளெலாம் காப்பதும்
தூயவன் வாழ்க்கையின் துணிவினைப் பெறுவதும்
தாய்த்தமிழ் காப்பதும் தலைமுறைக் கடனென
யாமறிந் தவ்வழி போய்ப்புகழ் சூடுவோம்!

நாவலன் காலடி நரிவிழும் கோலடி!
சோமனின் காலடி சூழ்ச்சிக்கு நாலடி!
சுந்தரன் காலடி இந்திக்கு வேலடி!
பாரதி காலடி பண்புக்குச் சேவடி!

வாழிய பாரதி புகழ்!

(நாவலர் சோமசுந்தர பாரதியார் மறைவு குறித்து)

அரசியல்

எண்ணம்

போற்றுபவர் போற்றட்டும்! புழுதி வாரித்
தூற்றுபவர் தூற்றட்டும்! தொடர்ந்து செல்வேன்!
ஏற்றதொரு கருத்தை என(து) உள்ளம் என்றால்
எடுத்துரைப்பேன்; எவர்வரினும், நில்லேன்! அஞ்சேன்!

தமிழா! தமிழா!

மாலை இளங்கருக்கல்
வையந் தழுவிவர
சோலைக் குயில்கள்
சுதியடங்கிக் கூடடைய
வாலைப் பருவமகள்
மௌனநடை போட்டதுபோல்
சேலை நடிக்கவரும்
தென்றல் குழைந்தசைய
வெங்கதிரைப் போக்கியபின்
வெண்ணிலவு முன்னெழும்பத்
தங்க நிலவருகில்
தட்டேந்தி மீன்கள்வர
வானிடத்தும் போகாமல்
மண்ணிடத்தும் தோயாமல்
ஞானக் கிறுக்கரெனக்
கார்முகில்கள் நடந்துவர
அத்தனையும் கண்(டு) ஆர்ப்
பரிக்கின்ற கண்ணிரண்டைப்
பொத்திவிளை யாடப்
பொழுதாகி வந்ததுபோல்
வந்த இரவுக்கு
வாழ்த்துரைக்கும் ஓவியனாய்

சிந்தனையின் கூட்டைத்
திறந்துவிடும் பாடகனாய்
ஏடெடுத்துப் போனேன்
எனையடுத்து யாருமில்லை!
மாமரத்துக் கீழே
மனம்விரித்துத் தோள்சாய்த்துப்
பூமகள்மேல் மேனி
பொருந்தத் தனித்திருந்தேன்!
கள்ளர்கள், பாம்பு,
கடுமனத்தர் வட்டமிடும்
நள்ளிரவில் காட்டினிலே
நானிருந்தேன்; யார்வந்து
வெட்டமுயன் றாலும்
விழியுருட்டிப் பார்த்தாலும்
தட்டிப் பறித்தாலும்
தமிழல்லால் ஏதுமில்லை!
இரந்துண்ணும் பிள்ளையர்வாய்
ஏங்கித் திறந்ததுபோல்
ஓட்டை களில்எட்டும்
ஓவியமாய் அமைந்ததொரு
சட்டையையும் வேட்டியையும்
தன்சொத்தாய்க் கொண்டவனைக்
காரிருள்தான் என் செய்யும்?
கள்ளர்தாம் என் செய்வர்?
சித்தந் தனியே
செகந்தனியே இருள்தனியே
அத்தனைக்கும் ஊடே
அருகில் தமிழ்த்துணையாய்

மெத்தத் துணிச்சல்
 மிதந்துவர வீற்றிருந்தேன்!

உள்ளத்துக் கூடுவிட்டே
 ஊரெல்லாம் தாவிவரும்
எண்ணங்கள் சற்றே
 என்னைத்தவிக்க விட்டுவிட்டுப்
போயினவாம்! போயினவாம்!
 பூமியெலாம் சுற்றினவாம்!
வானைத் தழுவினவாம்!
 மாக்கடலில் நீந்தினவாம்!

மண்ணைத் துளைத்தனவாம்;
 மாமரங்கள் தாவினவாம்!
பூவை அணைத்தனவாம்!
 பொருளெடுத் துண்டனவாம்!
'அப்பாடா! இந்த
 அநியாயக் காரனிடம்
பட்டதெலாம் போது'மெனப்
 பயந்ததுபோல் ஓடினவாம்!

எண்ணங்கள் போயதனால்
 ஏக்கமுற்ற பாட்டிதயம்
கண்ணை இமுக்கக்
 கவிமேனி துயின்றதுவாம்!
ஆமாம்! அடியேன்
 அயர்ந்தேன்! துயின்றேன்!

துயிலா? அட, சீச்சீ!
 தூங்கும் புவியைத்
தனியாக விட்டுவிட்டுத்
 தாவினேன் பொன்னுலகம்!

அங்கே:

நோக்காடில் லாத
    நுவலரிய பாவையரும்
சாக்கா டறியாத்
    தமிழரசர் பரம்பரையும்
பாக்காடு கண்டெடுத்த
    பாவலரும் நாவலரும்
வேழப் படையும்
    விற்படையும் காற்படையும்
ஆழப் படித்த
    அமைச்சர் பெருங்குழுவும்
சூழ்ந்தே உரையாடித்
    துயரின்றி வாழ்ந்திருக்கக்
கண்டேன்! களிகொண்டேன்!
    காவலன்போல் நின்றதொரு
ஆணழகைப் பார்த்தே,
    'அருகிலேவா!' என்றேன்.
மழைகாணாப் புஞ்சைஎன
    வாடிக் கிடந்தஎனை
மதகரிபோல் வந்தஅவன்
    வாய்திறந்து பார்த்திருந்தான்!
''யாரப்பா நீ? உந்தன்
    பேரென்ன? ஊரென்ன?
கூறப்பா!'' என்றான்;
    கொதித்தேன்! விழிசிவந்தேன்!
''என்பேரா! தெரியாதா?
    என்னஇது, அநியாயம்!

இந்நாடு முற்றும்
    ஏங்கித் தவங்கிடந்து
பாடுபா டென்று
    பாதத்தைத் தாங்கிவர
மாகவிஞர் பொன்னுலகில்
    மன்னவனாய் வீற்றிருக்கும்
என்னை அறியாயா?
    இழந்தாயே பேரின்பம்!
நான்தான் கவிஞன்!
    நானின்றித் தமிழில்லை!
என்னைப் பிறர்பிறர்க்கு
    எடுத்துரைப்பார்! இன்றுனக்கு
என்னைநா னேதமிழில்
    எடுத்துரைக்க நேர்ந்ததப்பா!

பெற்றார் எனக்கிட்ட
    பெயர்முத்து! ஆனாலும்
கற்றவர்கள் என்னைக்
    'கவி' என்றே கூப்பிடுவர்!
மற்றவற்றை இந்த
    மண்ணறியும், கேட்டறிவாய்!

கொற்றவர்கள் என்வரைக்குக்
    குன்றிமணி எடையளவே!"
என்றேன்! சிரித்தான்;
    எனக்குமட்டும் அனுதாபம்
சொன்னான்; தமிழுக்குச்
    சொல்லவில்லை! அவன் வாழ்க!
'சற்றிங்குவா!' என்றான்
    'சரி' என்று பின்போனேன்.

தட்டித் திரண்ட
 தடந்தோளும் செப்பெடுத்து
வெட்டிப் படைத்த
 வியன்மார்பும், வான்பார்க்கும்
கட்டான மீசைக்
 கனமும் கனல்விழியும்
பெற்றிருந்த ஒருவன்முன்
 பிடித்து நிறுத்திவிட்டு,
'இற்றைத் தமிழன்!
 எப்படியோ வந்துவிட்டான்!
கொற்றவரே! உம்மிடத்துக்
 கூட்டிவந்தேன்!' என்றே
விலகினான்; நான்விழித்தேன்;
 வேந்தனா? எந்நாட்டான்?'
என்றே திகைத்தேன்!
 இருநொடியில் திகைப்படங்க
அன்னான் எனையழைத்தே
 அருகில் வைத்தபடி,

'ஐயோ! மகனே!
 அருமைத் தமிழ்மகனே!
பொய்யோடு வந்த
 பொருள்போல் இளைத்தாயே!'
என்றழுதான்! விம்மினான்!
 என்னை அணைத்தபடி
உச்சி முகந்தான்!
 ஒன்றும் புரியவில்லை!
கலந்ததற்குப் பின்னால்
 கணவனல்லன் என்றறிந்த

அகலிகைபோல் என்நெஞ்சம்
 அலைமோத, அன்னவனைப்
பார்த்தேன்! 'பெரியீர்!
 படுந்துயரின் காரணத்தைச்
சொல்வீர்!' எனவுரைத்தேன்
 சொன்னான்; 'தமிழா! நான்
தஞ்சைத் தரணி
 தழைத்தோங்கப் பாடுபட்டே
அஞ்சாமல் போராடி
 அன்புத் தமிழகத்தை
ஆண்ட மறவன்!
 அறங்காத்த குலோத்துங்கன்
என்பர் தமிழர்காண்!'
 என்றுரைத்தான்; நான்துடித்தேன்

ஏற இறங்க
 இருநூறு முறைபார்த்தேன்!
தாளாத இன்பமெல்லாந்
 தாவிவர அவன்மார்பில்
சாய்ந்தேன்; அரவணைத்தான்;
 தமிழோடும் பொருளானோம்!

நேரங் கழிய
 நினைவுவர, 'மன்னா! நின்
ஆரத் திருமார்பை
 அறிஞரிடம் கேட்டதுண்டு!
அறிந்தேன்! மகிழ்ந்தேன்!
 அடியேன் கவிஞன்'எனக்
குலமுறையும் சொன்னேன்!
 குலோத்துங்கன் என்னை

'தமிழ் சுகமா? தமிழ்நாடும்
 தமிழர்களுஞ் சுகமாக
வாழ்வதனைக் கூறு!
 மனங்குளிரக் கேட்கின்றேன்!'
என்றான். புலம்பியே,
 ''என்சொல்வேன் மன்னா! நம்
தமிழகத்து மக்களுக்குத்
 தலையெலும்பைத் தவிர்த்தவர்கள்
உடலிலே ஓர்எலும்பும்
 உறுதியாய் இல்லை! பலர்
காட்டிக் கொடுக்கின்றார்,
 காசுக்குச் செந்தமிழைக்
கூட்டிக் கொடுக்கின்றார்!
 குணமில்லை! தமிழுலகம்
நின்னைப் பணிந்தார்க்கு
 நிதம்பணிந்து, வடநாட்டை
நோக்கித் தவங்கிடந்து
 நோயாகி, இந்தியெனும்
தேவடியாள் பெற்றெடுத்த
 தீமகளைக் கொலுவேற்றிக்
கன்னித் தமிழைக்
 காரிருளில் தவிக்கவிட்டு
தேசியம் பேசித்
 திருட்டுப் பொதுவுடைமைக்
கூப்பாடு போட்டுக்
 குறிக்கோள் இழந்ததையா!
சாப்பாடு போட்டால்
 தமிழனெலாம் இப்பொழுது

என்னசெயச் சொன்னாலும்
 செய்கின்றான்! எழில்நாட்டைத்
திருவோடாய் மாற்றித்
 தெருவெல்லாம் கையேந்தி
வாழ்கின்றான்!'' என்றேன் நான்!
 மன்னன் குலோத்துங்கன்
கண்ணருவி யாகக்
 கரைந்தான் கலக்கமுற்றான்!

'நானாண்ட நாளில்
 நடந்த தமிழுலகம்
தேனாய்த் திருவாய்ச்
 செந்தமிழின் மாளிகையாய்
வீரப் பெருமாந்தர்
 வீற்றிருந்த பொன்னாடாய்
வாளுக்கு நாளும்
 மனக்காதல் தனக்கிரவும்
கொண்டு திகழ்ந்ததப்பா
 குறைவின்றி வாழ்ந்ததப்பா!
சொல்லிற் பழிப்பாரைத்
 தூவென் றுமிழ்வாரைக்
கொத்திக் கிளறிக்
 கூடையிலே அள்ளிவைப்போம்!
பேச்செல்லாம் பாட்டாக
 பெரும்பேச்சை மாகவியாய்
ஆக்கிப் படைப்போம்!
 அந்நிலையில் கீழிறங்கி
வாடுகிறார் தமிழரென
 வழுத்துந் தமிழாக!

தூய தமிழ்க்குருதி
    துடிக்கிறதே! என்செய்வேன்!'
என்று புலம்பி
    இளைத்தான்! பின்தெளிவற்றே
என்னை அழைத்தேகி,
    எழிலுலகம் காட்டுவித்தான்!

'ஈழத்து ராசன்!
    இவன்ராச ராசன்! இவன்
வேழத்தைக் கையால்
    வீழ்த்துங் கரிகாலன்!
சோழத்தார்! இவர்பாண்டிச்
    சூரர்கள்பார்! பொற்கூடல்
ஆண்டார்இவர்! காஞ்சி
    ஆண்டவர்இப் பல்லவர்கள்!
சேரர்இவர்!'' என்றுபல
    செப்பினான்! அற்புதமாம்

அந்த இடத்தை
    அலங்கரித்த வேந்தர்களைக்
கண்டு விழியூடு
    கதவிட்டுப் பூட்டிவைத்துப்
பின்னும் நடந்தேன்நான்!
    பேரழகு மாதர்களைக்
கண்டேன்! அடடாவோ!
    கண்ணிரண்டு குறைவாகும்
இற்றைநாள் பெண்ணழகை
    இப்பெண்கள் பேரழகில்
சுற்றி அடித்தாலும்
    துலங்காதே! அப்பப்பா!

என்ன உயரம்!
இறுமாந்த புன்முறுவல்!
சின்ன இடையின் மேல்
தெங்கிளநீர்! தங்கமுகம்!
மெல்லியலார் என்போம்! இம்
மெல்லியலார் கைப்பட்டால்
கொல்லும் புலியும்
கொலையாகும்! காதலுக்கே
மெல்லியலோ, கயவருக்கு
வேற்படையோ, சேய்தவழும்
தொட்டிலுக்குத் தேன்ஊற்றோ!
தூய தமிழங்கே
வட்டிலின்முன் தயாராகி,
மணந்தான்முன் மலராகி,

எட்டிவரும் வீணருக்கு
இரும்பாகி, முக்குணமும்
ஒருருவில் சேர
உலகாண்ட காவியத்தைச்
சொல்ல முடியாது!
'சுவைஉலகம்' அதுஒன்றே!

இப்பே ரழகுமக்கள்
இட்டஅடி பட்டமண்ணில்
இப்போதோ ஐயோ!
இளைத்தே எலும்பாகிக்
கொக்குக் குவமையெனக்
குறுகி விழிசோர்ந்து
காய்ந்த கொடியாகிக்
கருகுகிறார் தமிழ்மாதர்!

மண்ணே இளைத்ததெனில்
 மாதர்கள்தாம் என்னாவர்?

பொன்னே! திருநாடே!
 பூந்தமிழே! பண்பாடே!
தன்னே ரிலாத
 தமிழ்மகனே! நம்வீட்டைச்
செப்பரிய மூவேந்தர்
 செங்கோலோ டிப்பொழுது
ஒப்பிட்டுப் பார்த்தால்
 உடைந்த குடமாகும்!

ஏழை விவசாயி
 இவன்பிரபு என்றெல்லாம்
பாகம் பிரித்துப்
 பறக்குங் கொடியடியில்
மாஸ்கோ அனுப்பிவைத்த
 மயான காண்டமதைப்
பாடாத காலம்
 பழந்தமிழர் பொற்காலம்!

அக்காலம் இங்கே
 அனைத்தும் பொதுவுடைமை!
இக்காலம் அக்கருத்தை
 எடுத்துரைத்தால், கூலிபெறும்
முட்டாள்கள் கூட்டம்
 முதலாளி தாசரெனும்!
கூலியின்றிப் பொதுவுடைமை
 கொண்டுவரும் நற்காலம்
வேலியிட்டு நாட்டை
 வியன்தமிழர் ஆள்வதனால்

மட்டும்வரும்! தேசிய
   மடமையினால் வாராது!

ஆமாம்! தமிழ்வேந்தர்
   அனைவரையும் கண்டவுடன்
நெஞ்சில் எழுந்த
   நினைப்பதுதான்! நிற்க! எனைப்
பின்னழைத்துச் சென்ற
   பேரரசன், கண்ணகியின்
முன்னிறுத்திப் பேர்சொன்னான்
மூர்ச்சையுற்றேன்! 'என்தாயே!

தாயகத்து மக்கள்
   தலைவணங்கும் கற்பரசே!
பத்தினிநின் பாடம்
   படிக்கும் தமிழ்மக்கள்
பாஞ்சாலி பாடம்
   படிக்கின்றார்! அம்மா! உன்
பாதச் சறுக்கில்
   பட்டெழுந்த தூசுக்குக்
காலளவும் காணாக்
   கடைகெட்ட பத்தினிமார்
வடவெல்லை தாண்டி
   வந்துவிட்டார்! இப்பொழுதோ
எல்லாம் கதம்பம்!
   இதுதமிழர் பண்பாடென்(று)
எடுத்துரைத்தா லன்றி
   எவருக்கும் விளங்காதே!'
என்றேன், சிரித்தாள்காண்
   என் அன்னை தமிழரசி!

தன்னருகில் நின்ற
　　தளிர்க்கொடியாள் மாதவியைக்
காட்டி, "உடன்பிறந்த
　　கற்பமுதே!" என்றாளே!

அப்பப்பா! என்சொல்வேன்!
　　அன்னைவரக் கண்டவுடன்
பிள்ளை குளறுதல்போல்
　　பேசினேன்! பேச்சைஒரு
வெள்ளை மனத்தில்
　　விரிந்த அலைகளென
எண்ணிவர வேற்றாள்
　　இளநகையில்! பின்நடந்து
மற்றோ ரிடம்போனோம்!
　　மாமரத்துக் காட்டினிலே
வண்ணக் கொடிகள்
　　வளரவிட்டு, சீரடுக்கிப்
பாட்டழகு சாரம்
　　படைத்ததொரு மண்டபத்தைக்
காட்டினான் வேந்தன்!
　　'கவிஞரெலாம் கூடிவந்து
பாட்டெழுதிப் பாடிய
　　பழந்தமிழ் உரையாடி
வாதமிடும் மேடை!'யென
　　மண்டபத்தைக் கண்டவுடன்
நான்சொன்னேன்! 'ஆமெ'ன்றான்!
　　நடந்தோம்! ஆ! என்ன இது!

கூத்தன் இருந்தான்!
　　குறளரசர் அங்கிருந்தார்!

வார்த்தை தமிழுக்கு
 வழங்குந் தமிழ்வேந்தன்
கம்பன் இருந்தான்!
 கவிகாள மேகமெனும்

வம்பன் இருந்தான்!
 வயதான தமிழ்ப்பாட்டி
அவ்வை இருந்தாள்!
 அரசியொடு சீதனமாய்ப்
புலிச்சோழ நாடடைந்த
 புகழேந்தி வந்திருந்தான்!
நக்கீரன் நப்பூதன்
 நன்னாகன் நப்பசலை
ஒக்கூர் மாசாத்தி
 ஒண்சாத்தன் சிலம்பெடுத்த
தக்கோன் இளங்கோ!
 தமிழ்குடிக்க உயிர்நீத்த
பல்லவ னாம்நந்தி
 பாட்டெடுத்த அவன்தம்பி,
அனுபவித்துக் காதல்
 அள்ளி மணக்கவிடும்
திரிகூட ராசப்பன்,
 தேரழுந்தூர்க் கம்பனுக்கே
ஆன்பாலும் தேனும்
 அரம்பைமுதல் முக்கனியும்
தந்து வளர்த்துத்
 தமிழ்வளர்த்த சடையப்பன்!
காவலர்கள் மூவருமே
 காத்திருந்த வாசலுக்குக்

காவலனாம் ஏகம்பன்
கவியரசி அவன்மனைவி!
எத்தனைபேர்! எத்தனைபேர்!
எல்லாம் தமிழ்வடிவம்!
பாடினார்! கேட்டேன்!
பாட்டுத்தேர் ஏறியெங்கும்

ஓடினேன்! அச்சமயம்
உதைவிழுந்த மாதிரியே
தோன்ற விழித்தேன்!
சுகக்கனவு போனதடா!

மாங்கனியில் ஒன்று
மரத்தி லிருந்துதிர்ந்து
தலையிலே வீழ்ந்து
சரங்குலைத்துப் போனதடா!
மன்னவர்கள் இல்லை!
மாகவிஞர் யாருமில்லை!
காலைப் பொழுது!
கருகிவிட்ட தமிழகத்து
மண்ணி லிருந்தேன்!
வாடினேன்; வீடடைந்தேன்!
அஞ்சலிலே இந்தி!
அருகிருந்த நாணயத்தில்
நஞ்சணைத்த இந்தி!
நலிந்தேன்! நடைமெலிந்தேன்!

அடதமிழா! அடதமிழா!
அந்நாள் சிறப்பனைத்தும்
கெடவருவார் தம்மைக்
கெஞ்சிஇனி மாளாது!

ஏறுநீ ஏறு!
 எடுவாளை! தொடுபோரை!
மாறும் வரைக்கும்
 வாடாதே! மாண்டுவிட்டால்
பேர்சொல்வான் பிள்ளை;
 பிழைக்கும் தமிழ்நாடே!

வாழ்க

படையுடன் கடல் கடந்தார்
பழந்தமி ழகத்தார் அன்னாள்!
கடையுடன் கடந்தார் இந்நாள்
கதியிலாத் தமிழர்! ஆனால்
உடையுடன் தமிழர் என்னும்
உரிமையை எடுத்தே சென்றார்
மடையெனப் பெருகும் பண்பில்
மாண்புறு சங்கஞ் சேர்ந்தார்!

தமிழனெங் கிருந்தா னேனும்
தமிழனே பிறப்பால், நெஞ்சால்!
அமிழ்தெனும் மொழியின் பிள்ளை
அவனெனும் பெருமை வாழும்!
குமிழ்நகைத் தமிழர் தங்கள்
குலஞ்செழிப் படைதல் காண்பார்!
உமிழ்திரைக் கடலும் தாண்டி
ஒளிபெற வாழ்வார்! வாழ்வார்!

என்தமிழ் மகனே! உன்னை
இப்புவி மறவா தென்றும்!
தென்னகம் தனிநா டாகும்
தமிழகம் வாழும்! காலம்
உன்னையும் என்பால் சேர்க்கும்
உயிருடல் எனநாம் வாழ்வோம்!
தென்திசைப் புகழைப் பாரில்
செலுத்துவோம்! செலுத்து வோம்நாம்!

தமிழைக் காப்போம்

"அரசாங்க மொழியாக இந்தி வேண்டும்
அத்தனையும் இந்திவழி மாற வேண்டும்
பெருநீதி மன்றத்தின் செயல்கள் யாவும்
பிறழாமல் இந்தியினில் அமைதல் வேண்டும்
உருவான பிற 'லிபி'யை அழித்தல் வேண்டும்
ஒன்றாக மாநிலங்கள் வாழ வேண்டின்,
மறைதேவ நாகரியின் 'லிபி'யைக் கொண்டே
மாநிலத்து மொழியெல்லாம் வரைதல் வேண்டும்!

இந்தியினை அறிவோர்க்கே பதவி யெல்லாம்!
இல்லாதார் இல்லாரே!" என்ப தாக
விந்தியத்தின் வடக்கிருந்து தெற்கை ஆளும்
'வீர'ரெலாம் அமைத்தகுழு முடிவு கூறிச்
சந்தியிலே விட்டதடா தமிழை! தெற்கில்
தடம்போடும் மலையாளத் தேனை, தென்னர்
பந்தலுக்கே அழகூட்டும் தெலுங்கை, தங்கப்
பழம்போலும் கன்னடத்தைத் துளுவை யெல்லாம்,

'வட்'டென்றும் 'சுட்'டென்றும் வடித்தெ டுத்தே
வழங்கிவரும் எழுத்தெல்லாம் மறைவ தற்கோ
ஒட்டுறவு கொண்டாய்நீ வடவர் பாலே!
உயிர்போன பின்புறவிற் பலங்காண் பாயோ?

பட்டதடா தமிழ்மானம்! தமிழெ ழுத்து
பாடைவரை போனதடா தமிழன் பண்பு!
கெட்டதடா பழம்பெருமை! இன்னு மாநீ
கேடுகெட்ட ஒற்றுமைக்குத் தலைய சைப்பாய்?

அகரமுத லெழுத்தெல்லாம் மறந்து போகும்!
அரைவேக்கா டானமொழி எழுத்து நல்கும்!
பகரஒணாக் கொடுங்கோன்மை வலியில் லாமல்
பாய்கிறதே தமிழ்மகனே அறிக்கை மூலம்!
சிகரமிசைப் பறந்தகொடி சிதையும் வேளை
சீறிஎழும் தமிழ்மானம் எங்கே எங்கே?
நகரவிடா தே!வாளைக் கரத்தில் தூக்கு!
நாய்க்குலத்தின் குருதியிலே தமிழ்கு ளிக்கும்!

'மித்திர'னும் தன்மானம் மிகப்ப டைத்தே
வேல்கொண்டு தாக்கியதே அறிக்கை தன்னை!
நித்திரையில் சுகங்காணும் தமிழா! நல்ல
நேரமிதே சிறைபோக, தயக்கம் வேண்டாம்!
இத்தரணி உள்ளவரை இந்தி நாயின்
இடுப்புவலி மாறாமல் உதைத்தா லன்றிக்
கத்திரியால் பைகவரும் கள்வ னைப்போல்
காசினியை அந்தமொழி கவர்ந்தே செல்லும்!

பண்பட்ட நல்லமொழி புகுந்த தென்றால்
பலபொருளும் கற்றோங்கும் பயனுண் டாகும்
கண்கெட்ட மூடமொழி ஆள வந்தால்
கைக்கோலும் நாம்தந்து காத்தல் வேண்டும்!
மண்பட்டு மக்கியதோர் எலும்பைத் தூக்கி
மடியேற்றி வைத்தால்நீ கொஞ்சு வாயோ?
புண்பட்ட மேனியிலே வேலும் பாய்ந்தால்
பொறுத்தருளல் 'சிறப்'பல்ல; பேடித் தன்மை!

வழக்கறிஞர் ஆங்கிலத்தோ டிந்தி கற்றே
வந்தால்தான் வாதாட முடியும்! நீதி
பிழைக்கவரும் அதிபதிகள் தீர்ப்புக் கூறப்
பிழையின்றி அம்மொழியைக் கற்றல் வேண்டும்!
இழிசெயல்கள் புரிகின்ற குற்ற வாளி
இந்திபடித் தேகுற்றம் செய்தல் வேண்டும்!
அழைக்கிறதே அறிக்கை! அடநீயும் இந்தி
அறிந்தால்தான் பதவியிலும் அமர்தல் கூடும்!

கல்லடியால் நாய்குரைக்கும்! ஓலைக் கொத்தை
கட்டிவிட்டாற் கழுதைகளும் கனைத்துப் பார்க்கும்
வல்லபல அடிகளையும் வாங்கி வாங்கி
வாழ்கின்ற அமைச்சர்களை நாம்ப டைத்தோம்!
சொல்லஒரு நாவில்லை! தமிழர் கூட்டம்
சூட்டுக்கோல் தூக்காமல் பிழைப்ப தில்லை!
வெல்லமொழி வாழ்வுக்கு வழியி தேதான்
வேல்தூக்கி கடுந்தாக்குத் தாக்க வேண்டும்!

‘உரிமைக்கு வேங்கடத்தில் படுக்கை போட்டே
உறவுக்குத் தில்லிவரை குளிக்கச் செல்லும்’
திருவாளர் கூட்டத்தார் இன்னு மெங்கே
திரிகின்றார்? அவர்களையும் கூப்பி டப்பா!
கருவாகி உயிர்க்கையிலே தமிழிற் பிண்டம்
கண்டவர்கள் அல்லேயோ! அவர்க ளின்றிப்
பெரும்போரை எவ்வண்ணம் துவக்க லாகும்?
‘பேராளர்’ தலைமையிலே தமிழைக் காப்போம்!

தமிழ்கற்ற பெரியோரே! அன்னை மாரே!
தன்மானத் தோழர்களே! ‘ரஷ்யா’ என்னும்
சுமைதாங்கிச் சலித்தோரே! தமிழ னுக்கும்
சூடுண்டாம் என்றுரைக்க நல்ல வேளை!

அமைவான போராட்டம் நடத்த வாரீர்!
அதற்கும்இவர் இசையார்என் றாகி விட்டால்
இமைமூடித் திறவாமுன் வடவர் நாட்டை
இடுகாடாய் ஆக்கிடுவோம் தமிழைக் காப்போம்!

மெல்லத் தமிழ் இனிச்சாகும்

இன்னுமொரு புதுவாழ்வு தமிழுக் கில்லை!
இன்றோடு தமிழழியும்! வருங்கா லத்தில்
மன்னுபுகழ்த் தமிழ்க்குலமும் மாண்டு போகும்!
'மாநில'மும் தமிழ்என்னும் பெயர ழிக்கும்!
தென்னவரின் கலை, கல்வி, சிதைந்து போகும்!
தென்பாங்கு நாகரிகம் மறைந்து போகும்!
அன்னியரின் மொழிஇங்கே ஆட்சி செய்யும்
அடுக்கிவந்த வரலாறும் முடிந்து போகும்!

செங்குருதி சாக்கடையாய்ப் போகும் போது
சிறுபுலிவெள் ளாடாக மாறும் போது
பொங்குகனல் புனலாகித் தணிந்த பின்பு
பூக்காடு முட்காடாய்ப் போன பின்பு
தங்கநகை பித்தளையாய்க் கருக்கும் போது
தமிழ்மட்டும் தமிழாக இருப்ப தேது?
'தொங்குமொழி' நாடெங்கும் பரவும் வேளை
தூங்குகிற தமிழ்மகனே! தூங்கு! தூங்கு!

பாண்டியரின் வழிநீயா? இமயக் கோட்டில்
பறந்திருந்த துன்கொடியா? இலங்கை நாட்டை
ஆண்டவர்கள் உன்னவரா? கலிங்கர் மண்ணை
அதிரடித்த துன்குலமா? கடல்கள் மூன்றைத்
தாண்டியவர் பரம்பரையா? புட்ப கத்தில்
சாவகத்தில் கொடிபோட்டான் பிள்ளை யாநீ?

மாண்டவர லாற்றுக்கும் உன்ற னுக்கும்
மயிரளவும் தொடர்பில்லை! எதற்கு வார்த்தை?

தன்வீட்டில் பிறர்பேச்சைக் கேட்கும் போது
தமிழ்ரத்தம் துள்ளிஎழும்! தமிழ னே! நீ
உன்வீட்டை விற்றபின்னும் பேசு கின்றாய்!
ஓங்காரக் கூச்சலிலே என்ன லாபம்?
பொன்வீட்டில் குரங்குமொழி! பிறந்த காலம்
புரியாத தமிழ்மொழியோ கொல்லை மேட்டில்!
கண்மூடு! தமிழ்மகனே! உறங்கு நன்றாய்!
கழுத்தறுந்து சாகும்வரை திறக்க வேண்டாம்!

தமிழனுக்குச் சூடில்லை! சொரணை யில்லை!
தன்முன்னோர் வகுத்தவழி நினைவு மில்லை!
அமிழ்தென்பான் தன்மொழியை! அடுத்த நேரம்
அழகுமொழி 'சம்ஸ்கிருதம்' அதையும் கற்றால்
கமழ்ந்திடுமே தமிழ்என்பான்! இந்தி வந்தால்
கனித்தமிழே வாழ்வுபெறும் என்பான்! தானும்
தமிழனுக்கே பிறந்தவனென் றுரைப்பான்! சுற்றம்
தலைகுனிய வேறென்ன வார்த்தை வேண்டும்?

மாண்டமொழி கொடுத்தகடன் கொஞ்சம்; பாலி
வழங்கியது கொஞ்சம்; ப்ராகிருத மென்னும்
ஆண்டிமொழி போட்டபிச்சை கொஞ்சம், கூட்டி
ஆக்கியதாம் இந்திமொழி ஆட்சி செய்யும்;
வேண்டும்வரை கடன்தந்து தெலுங்கை ஆக்கி
வீணைநிகர் 'ஞ'தந்து சொற்கள் தந்தே
ஆன்றபுகழ் மலையாளம் கன்ன டத்தை
ஆக்கியது தமிழ்! அஃது சாக்கா டேகும்!

வல்லினமும் மெல்லினமும் மறைந்து போகும்!
வயிற்றுவலி வார்த்தைஇனம் சிறந்து பொங்கும்!

நல்லினத்தில் தெளிந்தஇனம் அழிந்து போகும்!
நாகரிக மற்றஇனம் ஆட்டம் போடும்!
சொல்லுங்கால் எரியுதடா வயிறும்! உன்னைச்
சுமந்தவளும் தமிழ்ப்பெண்ணா? கூர்ந்த வாளால்
சல்லிசல்லி யாய்இவளைச் சிதைக்க வேண்டும்!
தடிமரத்தை ஈன்றவளா தமிழ் மங்கை?

'நடுவரசின் பதவிக்கே இந்தி வேண்டும்!
நாட்டோரே கற்க!'வெனச் சென்னை ஆளும்
கெடுவரசின் அமைச்சரவர் கிளற்று கின்றார்!
கேட்கின்றோம்! நெஞ்செரியத் தமிழ் நாட்டீர்!
'நடுவரசு நமக்கெதற்கோ? என்ன தேவை?
நம்மரசு நமக்கிருந்தால் இந்தி ஏது?'
கடுமொழியில் கேட்கின்ற நாமல் லாமல்
'கண்ணகியின் கால்வழியோர்' யார்கேட் டார்கள்?

குண்டலமும் மேகலையும் சிலம்பும் முப்பாற்
குறள்மறையும் ஐந்திணையும் பதிற்றுப் பத்தும்
தண்டியும்தொல் காப்பியமும் நளவெண் பாவும்
தலைவளையா பதி,சிந்தா மணிக லிங்கம்
கொண்டவனின் பரணியோடு கலம்ப கங்கள்,
கோவேந்தர் உலாக்கள்மடல் பிரபந் தங்கள்
எண்டிசையும் புகழ்மணக்கும் பத்துப் பாட்டும்
என்னாகும் இந்தியெனும் பேய்பு குந்தால்?

லம்பாடி லம்பாடி லம்பாடிப் பேய்
நாய்குரைத்த ஓசையிலே பிறந்த பாடை!
கொம்பொன்று போடாமல் தொங்க வொண்ணாக்
குரங்கெழுத்தைக் கொண்டமொழி 'ஹைஹை'என்று
நம்நாட்டில் குதிரைகளை ஓட்டும் சொல்லை
நலுங்காமல் எடுத்துப்போய் வினைச் சொல்லாக்கித்

தெம்போடு வாழ்வதற்கு மேலும் வார்த்தை
தேடியவா றலைகின்ற தெருப்பொ றுக்கி!

பொதுமொழியாம் ஆடைகளைக் களைந்து போட்ட
பூவையவள் தான்கற்பைப் புகலு வாளாம்!
மதுகுடித்தார் கூட இதைக் கூற மாட்டார்;
மண்டலத்தை ஆள்கின்றார் கூறு கின்றார்!
கதியற்ற தமிழ்மகனே, உன்னை நம்பு!
காலத்தைக் கடந்ததமிழ் மொழியை நம்பு!
சதிகார இந்தியினை ஒழிக்கு மட்டும்
தமிழ் வாழ்வு பிழைக்காதே எச்சரிக்கை!

அடிமை விலங்கறுப்பீர்

ஆடும் மயிலே, ஆடல் நிறுத்து!
அடிமை எனக்குன் ஆட்டமோ தேவை?

பாடும் குயிலே, பாடா தொழிவாய்!
பாவியேன் செவிக்குன் பாடல்கள் அவலம்!

பேசும் கிளியே! பிழைமொழி ஒழிமின்!
பெற்ற நாட் டரசிலான் பேச்சிலா மகிழ்வான்?

இன்னிசை வாண, இசைப்பொருள் முறிமின்!
என்னிரு செவியில் எனக்கிலை உரிமை!

கைகளில் விலங்கு! கால்களில் விலங்கு!
கண்களில் கருத்தில் எங்கணும் விலங்கு!

நெஞ்சினை முறித்தா வாய்க்கோர் உணவு?
நெற்றியைப் பிளந்தா சிகைக்குமை நீவல்?

கலைஏன்? கவிஏன்? கானக் கருவிஏன்?
கண்படு தமிழ்ப்புவி காப்பதில் லாமல்!

தன்னர சடையாத் தறுதலை எனக்கே
இன்னருங் கலைகள் ஏன்?ஏன்? ஏன்?ஏன்?

வீடுவீ டேறி விதிப்புறும் சோதரர்
வேதனை கண்டும் வாழ்கிறேன் இன்னும்!

பிச்சைப் பாத்திரம் பெருகிய தெங்கணும்!
பேடிமை தமிழரின் உடைமை ஆயது!

மூடிய கதவின் உட்புறம் முழக்கம்!
மூளையும் வாயும் வேறுவே றாயின!

மனைவியைக் கூடவும் மத்திய அரசின்
அனுமதி வேண்டும்! அடிமையில் முழுமை!

மேடும் குளமும் கேரளர்க் காயின!
ஆடும் மாடும் அமைச்சர்க ளாயின!

பாரதக் காலில் சிரம்படச் சாய்ந்த
பண்பி லாளர் பெருகினர் எங்கணும்!

சட்ட மன்றிலும் சட்டி ஏந்துவன்
தமிழ னல்லால்இப் புவிதனில் யாருளர்?

நாடும் பிறர்பால்! நலமும் பிறர்பால்!
ஏடும் பிறர்பால் இரப்போன் என்னவன்!

தில்லி நகரிலும் பாத்திரம் தூக்கித்
திரிவான் தமிழன், இந்நாட்டு மன்னன்!

ஈழ மண்ணிலும், 'அம்மா! தாயே!'
எங்கள் குரல்! இதன்உரிமை எமக்கே!

சோறு போட முடியுமா உம்மால்?
சொல்லுக! தமிழன், அங்கே வருவான்!

எம்மை ஈன்றவள், அம்மியைக் குழவியை
ஈன்றிருந் தாலும் அரைப்பதற் குதவும்!

தெருவெல்லாம் ஓலம்! திசையெலாம் ஏழ்மை!
சீரிலாத் தமிழர்க் குலகெலாம் தோழமை!

நாயினும் தமிழன் இழிந்தவன்! அந்த
நாய்,மறு நாய்க்குப் பணிவ தின்மையால்!

ஏஓய்! தமிழ! ஏஓய் தமிழ!
எழில், கலை, காதல் ஒதுக்கி மூடிவை!

மொழிஎனும் வாளொடு மூட்டுக போரை
அழிவதில் இப்பணிக் கழிவதே பெருமை!

வீடணக் குலத்தை வேரொடு சாய்ப்பாய்!
வேற்றவர் மார்பில் காலூன்றி நடப்பாய்!

குருதியில் குளிப்பாய்! கொற்றவர் ஆண்ட
திருவினை நாட்டை மீட்பதில் அழிவாய்!

தனிமையில் செல்லப் பணிப்பினும் முதலில்
சாகிறேன் நான்!பின் தைரியம் பெறுகநீ!

இலக்கியம்

பொதுவாழ்வில் பணியாற்றி இலக்கி யத்துப்
பொன்வீட்டில் இளைப்பாறப் புகுந்த காலை
மதுக்கோப்பை கரத்தேந்திக் குடியன் காணும்
மாறாக கனவுலகம் காட்சி யாகும்!
சதுராடும் மங்கையரின் பாதத் தோடு
சரியாகச் சேர்ந்தாடும் சிலம்பின் ஓசை
கதகதப்பை வாலிபரின் உளத்தி லேற்றிக்
கலக்குதல்போல் இலக்கியமும் கலக்கும்
நெஞ்சை!

புத்தகங்கள் அறிவுக்கே உணவை யூட்டிப்
புதிதான காட்சிகளை மனத்தி லேற்றி
வித்தகனாய்ச் செய்யுமென இலக்கி யத்து
வேலிக்குள் அடியெடுத்து வைத்தி டாது
நத்துமனப் பசிதீரப் படித்துப் பார்த்து
நாலைந்து பேர்களுக்கு விளக்கிக் கூறின்
அத்தனையும் அறிவாகி மனத்தி லேறும்;
அறிவாளி எனும்பெயரை உலகம் நல்கும்!

வள்ளுவரின் குறள்மீது விழியை நாட்டி
வடித்தஇரண் டடிஎடுத்து மனத்துள் போட்டு
தெள்ளிதின்நற் பொருள்கண்டே உளம்பூ ரித்துச்
சித்திரித்துப் பார்க்குங்கால் வளரும் எண்ணம்!
அள்ளுசுவை ஐம்பெரிய காப்பி யங்கள்
அடுக்கிவரும் உவமைநயச் சுவையால் என்றும்
கள்ளமனங் கூடநய நிலையைக் காணும்
கவிதையிலே திருவிடத்துச் சோலை பாடும்!

விடுதலை விளைத்த உரிமை

கட்டற்று வானிலே தவழ்கின்ற காற்றினைக்
    கைதுசெய் தாரு மில்லை
காலமாங் கிழவனை ஞாலமோ கடவுளோ
    கடுஞ்சிறை வைத்த தில்லை
மொட்டென்று வந்துவெண் மலராகு முல்லையை
    மூடிவைத் தாரு மில்லை
மூவாத ஞாயிறும் வெண்ணிலா மீன்களும்
    மூள்சிறைப் பட்ட தில்லை!

தட்டின்றி வையகம் தந்ததோர் உரிமையைத்
    தடைசெயல் முறைமை யாமோ?
தாயகம், தாயகத் துள்ளவர்க் களித்துள்ள
    தர்மத்தை மறுக்க லாமோ?
'வெட்டுங்கள் தளையினை' என்றவோர் குரலிலே
    வீழ்ந்ததே அடிமை எண்ணம்
'விடுதலை! விடுதலை!' என்னுமோர் இசையிலே
    விளைந்ததே உரிமை எண்ணம்!

அடிமைகள் எங்கெலாம் இருப்பினும் அன்னவர்க்(கு)
    ஆனந்தம் தருவ தோர்நாள்
ஆதிக்க வெறியர்தம் காலிலே வதிபவர்க்(கு)
    அறமெலாம் வழங்கு மோர்நாள்
மிடிமையும் அச்சமும் வீழுமோர் நாளதே
    விடுதலை விளக்கு மோர்நாள்

வியத்தகும் இந்தியத் துணைக்கண்ட மஃதையே
 வீறுடன் பெற்ற தோர்நாள்!

குடிகளும் மொழிகளும் இனங்களும் பல்வகை
 குவியுமிக் கண்ட முற்றும்
கூட்டுற வொன்றினால் வாழுமே யல்லாது
 கொடுமையால் வாழ்வ தில்லை!
அடிமையென் றொருவரும் எண்ணாத வகையிலே
 அவரவர் உரிமை காத்து
ஆக்கிடும் உறவினை அமைத்திடும் நாளினை
 அன்பினாற் கொண்டு சேர்ப்போம்!

பிரதான குறிப்பு

என்னுடைய முன்னுரையைக் கட்டாயம் படித்த பின்பே, அடுத்த பக்கங்களிலுள்ள கவிதைகளைப் படிக்க வேண்டும்.

-கண்ணதாசன்.

பூத்தது புதுமை!
புலர்ந்தது பொழுது!

பூத்தது புதுமை! புலர்ந்தது பொழுது!
 பொங்கின தமிழரின் முகங்கள்!
காத்தது கடமை-கண்ணியம் எனவே,
 கனிந்தது சென்னையில் காலம்!
ஆர்த்தெழுந் தனரால் அன்புகொண் டனரால்
 அளித்தனர் வாக்கினை மக்கள்!
பார்த்தவர் வியக்கும் பண்புடன் மேலும்
 பணியினைத் தொடர்ந்திடும் கழகம்!

நல்லவர் தோழர் நயத்தகு திறமை
 நாடிடும் திராவிட மக்கள்,
வல்லவர் என்றே வாக்குகள் தந்தார்
 வணங்கியாம் ஏற்றனம்! பெரியீர்
சொல்லொடும் செயலில் தூய்மையே மிளிரத்
 தொண்டுகள் செய்வதைக் காண்பீர்!
வில்லெனக் கிளம்பும் நல்லிளம் பரிதி
 விளங்குவான்! வழங்குவான், வாழ்வே!

ஒரே தலைவன்

நாடற்றவர் நலமற்றவர்
நடைகெட்டவ ரேனும்
வீடற்றவர் விதியற்றவர்
வீழ்வுற்றவ ரேனும்
பாடற்றவர் பணியற்றவர்
பாழ்பட்டவ ரேனும்
ஆடற்றமிழ்த் தாய்பெற்றவர்
ஆயின்இவர் தோழர்!

''கண்ணில்ஒரு புண்வந்தபின்
கண்ணுக்கது பகையே!
எண்ணில்ஒரு கள்ளம்வரின்
எண்ணுக்கது கொலையே!
மண்ணில்ஒரு வஞ்சப்படை
வந்தாள்வது முறையோ?
வண்ணத்தமிழ் மகனேஉடன்
வருவாய்சமர் புரிவாய்!''

கொஞ்சுங்குரல் எனினும்அது
குமுறுங்குரல் அலவோ?
பஞ்சின்மொழி எனினும்அது
பண்பின்மொழி அலவோ?
துஞ்சுந்தமிழ் பொங்கும்வகை
சொன்னார்அவர் சொன்னார்!

அஞ்சும்பகை அலறும்படி
 அண்ணாஉரை சொன்னார்!

ஆண்டுக்கொரு புதுமைதரும்
 அறிவுத்திரு மாறன்!
ஆட்சிக்கொரு வழிகூறிடும்
 அரசுக்கலை வாணன்!
மீண்டுந்தமிழ் முடிசூடிட
 விரையும்படை வீரன்!
மீட்சிக்கென வேல்தாங்கிய
 வெற்றித்தமிழ் வேந்தன்!

செம்பொன்மணி யாரத்தொடு
 செல்வம்பல தரலாம்
தம்பிப்படை யாவும்பல
 தங்கத்திரள் தரலாம்
நம்பித்தமிழ் முறைபாடிய
 நலமேநிறை அண்ணன்
தெம்புக்கது குறைவே, அவர்
 திறனுக்கது சிறிதே!

(வேறு)

பொன்விழையா மன்னவனின் பொன்விழாவில்
பூச்சொரிந்து வாழ்த்திடுவோம் வாழ்க அண்ணா!

எங்கள் நெடுஞ்செழியன்

எட்டுத்தி சைக்குமிச் செய்தியைச் சொல்லிநம்
ஏற்றம் உரைத்திடடா!-எரு
இட்டுவ ளர்த்தப யிர்மணி தந்ததை
எங்கெங்கும் கூவிடடா!
நட்டமும் துன்பமும் நாடிவ ருமென்று
நன்கு தெரிந்திருந்தும்-தனைக்
கிட்டிவ ரும்பொறுப் பேற்றவன் நற்புகழ்
கொட்டிமு ழக்கிடடா!

போலிப் புகழ்கொண்டு தோலைக்க டித்துண்ணும்
புன்மதி யாளரைப்போல்-இள
மாலைப் பொழுதில் மணந்தந்து காலையில்
மாளும் மலர்களைப்போல்
வேலைக் கிடையில் அரசிய லில்ஒளி
வீசிடும் வீணரல்ல-தன்
வேலை அரசியல், வீடு கழகமென்(று)
ஓதிடும் வீரமகன்!

எத்தனை சொல்லியும் ஏற்றத்தைப் பாடிட
இல்லை தமிழினிற்சொல்! -மணி
முத்தனை யான்!தமிழ் மோகனன்! கற்பனை
மூண்ட கலைவடிவம்!
சத்திய மென்பது எத்தனை காசென்று
தாவிடும் வெம்பகையீர்-உயர்

இத்தரை மீதினில் சத்திய நல்உரு
    எங்கள் நெடுஞ்செழியன்!

பத்துக் குழந்தைகள் பெற்ற குடும்பத்தில்
    பாகம் பிரிவதுண்டு-அறி(வு)
ஒத்தவர் சிற்சிலர் ஓரிடம் கூடிடில்
    உள்ளம் பகைப்பதுண்டு!
எத்தனை லட்சம டாளங்கள் வீட்டினில்
    அத்தனை பிள்ளைகளும்-மனம்
ஒத்து நடந்தொரு மாலையிட் டாரெனில்
    ஓதுதற் கென்ன உண்டு?

பிரிவினை வாரம்

தனித்திருநா டேன்கேட்டோம்? கார ணத்தைத்
தரவாரி பிரித்துரைப்பேன்! பன்னூ றாண்டு
தனித்திருந்து மொழி, கல்வி, கலைக ளோடு
தரமான வாணிபமும் மிகப்ப டைத்தே
இனித்தசுவை வாழ்க்கைமுறை பலவுங் கண்ட
இயல்புமிகும் தமிழரெலாம் இனத்தால் ஒன்று!
மனிதக்குணம் சிறிதுமிலா வடவர் நம்மில்
மாறுபடு இனத்தார்-காரணத்தில் ஒன்று!

தொட்டகரம் பொன்னாகும்! மெல்ல மெல்லச்
சுவைத்தஇதழ் கனியாகும்! நெஞ்ச மன்றில்
பட்டவுடன் பொருளாகும்! வாழ்க்கை வண்ணம்
படைத்தசுவை நூல்களொரு கோடி யாகும்!
கட்டுமலர்க் கொத்தேபோல் இனிமை தேக் கிக்
காத்தமொழி தமிழாகும் நம்ம தாகும்!
கெட்டமொழி இந்திஅதன் பகைவ னாகும்
கேட்கின்ற பிரிவினைக்குப் பொருள்இ ரண்டாம்!

கற்புநெறி வழுவாத பண்பு காட்டிக்
காலழகு பிழையாத முறையில் ஆக்கிப்
பற்பலவா றாடுகிற கலையும் யாவும்
பகுத்தமுறை தமிழ்வாழ்க்கை முறையே யாகும்!
சொற்பொருளை **பா**வத்தில் துலக்கிக் காட்டும்
தூயவழிக் கலையும்நம துடைமை யாகும்!

அற்புதமாம் தமிழ்க்கலைக்கு வடவர் நாட்டின்
அசடுவழி கலைவேறு! கொள்க மூன்று!

சிந்துநதிக் கரையோரம் அந்த நாளில்
சீப்புமுதல் பொருள்கள்பல செய்த மாந்தர்
தந்ததொரு நாகரிகம் எகிப்து நாட்டின்
சந்தையிலே சதுராடும்! அகில மெங்கும்
வந்தபொருள் தமிழ்மாந்தர் வளர்த்த செல்வம்!
வாணிபமும் கடல்மீறும் புதுமை யாவும்
தந்தவர்கள் நம்மவரே! நாக ரிகத்
தரத்தாலே நாம்வேறாம் கொள்க-நான்கு!

விந்தியத்துக் கப்பாலே ஆட்சி வேறு!
வியந்ததமிழ் முறைவேறு விளக்கங் கேளீர்!
சிந்தைவழி ஒன்றாகி எல்லை ஒன்றாய்
சேரர்முதல் மூவரிதை ஆண்டி ருந்தார்!
'இந்தி'யரை வந்தோரே ஆண்டி ருந்தார்!
எல்லார்க்கும் பொதுமகளாம் டில்லிக் கோட்டை
சந்ததியால் பாழான தமிழர் நாட்டின்
சரித்திரத்தால் நாம்வேறாம் கொள்க-ஐந்து!

இனத்தாலும் மொழியாலும் கலைக ளாலும்
இயல்புமிகும் நாகரிகத் துறையி னாலும்
தனித்ததொரு வரலாற்றுச் சான்றி னாலும்
தமிழ்மாந்தர் தனித்தோரே! தமிழர் நாடும்
தனித்தேதான் வாழ்வுபெறும்! ஆத லாற்றான்
'தமிழ்நாடு தமிழர்க்கே' என்கின் றோம்நாம்!
மனத்தேஓர் களங்கமிலாப் பெரியீர்! இந்த
வழிவருவீர் தனிநாட்டைப் பிரித்தே வாழ்வோம்!

திருவண்ணாமலை முடிவு

கூப்பிடு பகைவரை! கூப்பிடு பகைவரை!
கொத்திக் கிளறிக் கொன்றிடுவோம்!
காப்பிடு வோர்தமிழ் அன்னையின் கால்களில்
கைகளை வெட்டிப் பங்கிடுவோம்!
சாப்படு வெங்கள மேற்படு வோம்;எம்
தாயகம் காக்கப் போர்புரிவோம்!
நாப்படு வார்த்தைகள் கூறிஇ கழ்ந்தவர்
நாவினைத் துண்டாய்க் கூறுசெய்வோம்!

கொற்றவர் ஆண்டது பெற்றவர் தந்தது
மற்றவர்க் கிங்கே ஏதுரிமை?
செற்றவர் கையில் பற்றிய நாட்டினை
பற்றிப் பறிப்பது நம்கடமை!
கற்றவர் சொற்படி, தென்னக மாந்தர்
கலையொடு மொழியில் தனியாவார்!
தெற்றெனும் உண்மை தேருகி லாதவர்
தென்னக மண்ணிற் பிணமாவார்!

‘அன்னையும் தந்தையும் பிள்ளையும் ஒன்றாய்
அன்பினில் ஆடிய திந்நாடே!
முன்னையர் நற்புகழ் மூட்டுவ ளர்த்தஎம்
மூத்தவர் வாழ்ந்ததும் இந்நாடே!’
தென்னவன் பாரதி செப்பிய பாடலைச்
சிந்தையிற் கொள்வோம் இந்நாளே!

தென்னகம், தென்மொழி, தென்னவர், தென்கலை
செம்மையிற் காப்போம் கண்மேலே!

அன்னியர் பொருளில் ஊறிவ ளர்ந்தவர்
ஆளுவ தோநாம் மாளுவதோ?
என்னவர் உலகில் இழிகுண வடவர்
ஏறுவ தோநாம் ஆறுவதோ?
அன்னையர் நாட்டினில் அன்னியர் மொழியை
ஆக்குவ தோநாம் ஊக்குவதோ?
சொன்னய மில்லாச் சொத்தையர் இந்தி
தொங்கிட வோதமிழ் தூங்கிடவோ?

குதிரையைக் கூடிய கோமள வல்லிகள்
கூடியி ருந்தது வடநாடு!
பதிமுறை காத்தநற் பத்தினிப் பெண்மையின்
பண்புவ ளர்த்தது தென்னாடு!
அதிசயக் கடவுளர் ஆயிர மாயிரம்
ஆகிநி லைத்தது வடநாடு!
கதிரொடு திங்களைக் கண்ணுற வாழ்த்திய
காவியம் புகழ்வது தென்னாடு!

காதலர் கண்டதும் மேகலை வீழ்வுறும்
காமம்வ ளர்த்தது வடநாடு!
காதலர் கண்டதும் நாணிய பெண்மையிற்
கற்புநி லைத்தது தென்னாடு!
பேதையிற் பேதையர் ஆண்மையிற் பெண்மை
பேணிவ ளர்த்தது வடநாடு!
நீதியைக் காத்திடப் பெண்மையில் ஆண்மை
நெறிகள்ப டைத்தது தென்னாடு!

எவ்வழி ஓரினம்? எவ்வழி ஓர்கலை?
எவ்வழி 'பாரதம்' ஒன்றாகும்?
எவ்வழி ஆயிரம் பண்புகள் ஒன்றாய்
இணைவதில் 'பாரதம்' உண்டாகும்?
எவ்வழி வேங்கையும் செவ்விய மானும்
'இந்திய ஒற்றுமை'ப் பண்பாடும்?
'செவ்வழி' தமிழர் ஆந்திரர் ஒன்றாய்த்
திராவிடம் காணல் நன்றாகும்!

(திருவண்ணாமலை மாநாட்டில் நிறைவேற்றப் பெற்ற தீர்மானங்கள்-முழங்கிய முழக்கங்கள் ஆகியவற்றின் இரத்தினச் சுருக்கம்)

அக்டோபர் 13

பாடைமொழி ஓட்டிவிட மாநாடெ டுத்தோம்!
பதிமூன்றா நாளென்று கெடுவுங்கு றித்தோம்!
வாடைவரு தென்வாசற் கதவம்அ டைத்தே
மங்காத தமிழ்பாடச் சபதம்எ டுத்தோம்!
வாடிவரும் தாயேஉன் பாதத்தின் ஆணை
வருவாளா இந்திப்பெண் வரட்டுங்கை பார்ப்போம்
ஓடிவரும் பேய்ப்பெண்ணே வாஇந்தப் பக்கம்!
ஒன்பதுபேர் மனையாட்டி உனக்கென்ன வெட்கம்?

வங்காள நாயகனை ஓடிப்பி டித்தாய்!
மராட்டி ஆடவனின் கூடப்ப டுத்தாய்!
எங்கேனும் யாரேனும் கைகாட்டி னாலும்
எப்போதும் செயலாகும் தப்பாத கற்பின்
பங்காளி யன்றோ? உன் பட்டாடை யெல்லாம்
பல்லோரும் தொட்டாண்ட புத்தாடை யன்றோ?
வங்காளம் மராட்டி எல்லாமிப் போது
வாலாட்டும் உன்வாழ்வை வீழ்த்தல்தப் பாது!

தென்னாட்டு மண்ணாண்ட தென்னாட்டு மன்னர்
தீராதி தீரர்தம் வழிவந்த நாங்கள்
அண்ணாந்து போர்தேடி நிற்கின்ற வேளை
அக்டோபர் பதிமூன்றில் கொள்வோம்கை வாளை!
மண்ணாகும் வரைஉன்னை வாளால றுத்து
வாய்ப்பண்டி தர்தம்மை இங்கே அழைத்து

தொண்ணூறு துண்டளளிக் கையில்கொ டுத்துத்
தூதூவென் றேகாறித் துப்பித்து டைப்போம்!

'பந்'தேனும் 'சந்' தேனும் தாண்டன்க ளேனும்
பஞ்சாபில் வாழ்இந்தி நோஞ்சான்க ளேனும்
வந்தார்க்கு மனையாகும் தென்னாட்ட மைச்சின்
மண்டூகப் பெரியோர்கள் தாமேனும் எங்கள்
செந்தாழம் பூச்சாதித் தென்பாண்டி மண்ணை
தீச்சாதிப் பெண்ணுக்கே ஆளாக வைத்தால்
அன்றேஎம் தமிழ்ரத்தம் கொண்டோடும் ஆற்றில்
அன்னாரின் தலைகூடச் சேர்ந்தேமி தக்கும்!

அறிவாரும் பெரியோரும் சிறியோரும் ஒன்றி
அக்டோபர் பதிமூன்றில் எதிர்ப்போர்மு ழக்கி
உருவாகும் பெருஞ்சேனை ஒன்றாய்ந டத்தி
உள்நாட்டின் எண்ணங்கள் யாவும்உ ணர்த்தி
தருவோடு இந்திப்பெண் தனைவீட்ட வேண்டும்
கல்நாட்டு நாளொன்று கொண்டாட வேண்டும்!
மறவாதீர்! அக்டோபர் பதிமூன்று! ஆமாம்!
மானம்உள் ளோர்மட்டும் வருவீர்அந் நாளில்!

கழக மாகாவியம்

ஆழக் கடலின் நீரெல்லாம்
அள்ளிக் குடிக்கத் துணிகின்றேன்
அலையும் மேகத் திரைதன்னை
அடக்கிக் காட்ட நினைக்கின்றேன்
வேழம் பற்றித் தந்தத்தின்
மீதே ஆடப் புகுகின்றேன்
வேலை பெரிது! ஆனாலும்
விருப்பால் இதனைச் செய்கின்றேன்!

(வேறு)

தந்தையைப் பிரிந்து வந்தே
    தனிமனை அமைத்த போதும்
முந்தையர் வகுத்த பாதை
    முறைஅணுப் பிசகா தாக
'விந்தை'யென் றனைவர் நெஞ்சும்
    வியப்புறும் வண்ணம் வாழும்
நந்தனிக் கழக வீட்டின்
    நல்லறம் உரைப்பேன் மாதோ!

பற்றெனும் ஒன்றும், வற்றாப்
    பாசமென் றொன்றும், வாழ்வில்
உற்றவர் உறவோர் என்னும்
    உள்ளுணர் வொன்றும் கூடப்

பெற்றவர் பல்லோர் சேர்ந்த
    பெருமனை தமிழர் நாட்டில்
கற்றவர் பலரும் போற்றும்
    கழகமி தென்றே கண்டோம்.

கடல்கடந் துலகம் காணக்
    கயல்புலி பொறித்த மாந்தர்
உடல்தளர்ந் துணவுந் தேடி
    ஓடினர்; அவரைக் காக்கும்
திடமிலார், அறிவும் இல்லார்
    செந்தமிழ் நாட்டை ஆளும்
கடமையை ஏற்றார்; அன்னார்
    காலிடை வதியும் நாட்டை.

விடுதலை செய்வான் நல்ல
    வீரரும் திரண்டார் - சற்றும்
கெடுதலை அறியாத் தாயர்
    கேண்மையிற் பிறழாத் தோழர்
முடிவிலா உணர்வின் மிக்கார்
    மூண்டனர்; பகைவர் கோட்டம்
படுவதைக் காண்போம் என்றார்
    பாசறை அமைப்பிற் சேர்ந்தார்!

'செம்புலப் பெயல்நீர் போல'
    அன்புடை நெஞ்சம் தோயத்
தம்புலந் தமிழர் நாடு
    தனிப்புலம் எனப்பண் பாடி
அம்பெனும் விழியா ரோடும்
    ஆயிரக் கணக்கிற் சேர்ந்த
தம்பியர் கூட்டம் கண்டார்
    தனிமகிழ் வுற்றார் அண்ணா!

''இப்படை தோற்கின் வேறே
எப்படை வெல்லும்'' என்றே
செப்பிய நாஞ்சில் மன்னன்
செய்தியே கழகஞ் சேர்த்த
ஒப்பிலாப் படையைத் தானோ!
உண்மயை அன்றே கண்டு
செப்பின னோ?என் பாரும்
சிந்தையிற் களிகொள் வாரும்,

''அன்றுதொட் டெம்மை வாட்டும்
அல்லலைத் தீர்க்கும் சேனை
இன்றுநாம் கண்டோம்'' என்றே
இன்முக மொழிசொல் வாரும்,
காற்றெனப் பசுவைத் தேடிக்
கனிவுடன் வருவார் தாமும்
சென்றிடும் நகரந் தோறும்
திரண்டிடக் கண்டார் அண்ணா!

'படைபலங் கண்டோம்! நல்ல
பாசறை அமைப்போம்; தோன்றும்
தடைபல முறிப்போம்! இன்பத்
தனிமனை அமைப்போம்; வெற்றி
நடைநடத் திடுவோம்; கொத்தும்
நச்சர வழிப்போம்; வீடு
உடைஉண வளிப்போம்; அந்த
உறுதிகொண் டுழைப்போம்' என்றார்.

அண்ணனுக்குக் கடுத்தாற் போல
அடியெடுத் திருக்கும் தம்பி
கண்ணியன் நெடுஞ்செ ழியன்
கனல்படு மெழுகின் நெஞ்சன்!

எண்ணிய எண்ணம் யாவும்
 இயல்புடன் முடிக்கும் தோழன்
திண்ணிய அண்ணன் சொல்லிற்
 சேர்ந்துதன் குரலும் தந்தான்!

"கழகமோர் ஆளின் மீதே
 கட்டிய கோட்டை அன்றாம்!
பழகுசெந் தமிழர் செம்மைப்
 பண்புள்ளார், எனக்குப் பின்னே
வழிவிழி தலைமை கொள்வார்
 வருகிறார் பாரும்!" என்றே
விழிவழி சொன்னார் அண்ணா
 வியப்புறப் பலரும் காண!

தம்பியைத் தலைமைப் பீடம்
 தன்னிலே பொறுப்பிற் சேர்த்தார்
வெம்பிய வெள்ளைக் காரர்
 விழியெலாம் வெளியில் வீழ,
"நம்பவே இல்லை! ஈது
 நடந்ததா?" என்றார்; அண்ணன்
தெம்பினை அறியார் அன்னார்
 சிறுமதிக் குகையில் வாழ்வார்!

பொறுப்பினைத் தந்தார்; தம்பி
 புகழுடன் காக்கக் கண்டார்!
சிறப்புறும் பெருமா நாட்டில்
 சிரங்குனிந் தழைத்தார், "தம்பீ!
பொறுப்பினை ஏற்பாய்! உன்றன்
 பொன்னடி தொடர்வோம்!" என்றார்
மதிப்புறும் அவரல் லாமல்
 மற்றுயார் சொல்வா ரிச்சொல்?

தலைவரின் உறவின் நல்ல
 தன்மையைத் தோழர் காண
அலையெனக் கண்ணீர் தோன்றும்
 ஆம்,அதே ஆனந் தந்தான்!
"நிலைபெறும் கழகம் நின்று
 நிலவிடும்; சிறுமைக் கூட்டம்
விலகிடும்; தமிழர் நாடு
 வென்றிடும்" என்றார் தோழா!

"இதுவெறும் கழகம் அல்ல!
 இனியதோர் குடும்பம்" என்றே
வெதும்பிய மனத்தார் கூட
 வெளிப்படை யாகச் சொன்னார்!
மதுமலர்ச் சோலை வண்டு
 மணம்இவை ஒன்றுக் கொன்று
உதவுதல் கழகத் தாலா?
 உறவினிற் றொடர்வ தாற்றான்!

மாநில மாநாட் டின்கண்
 மாசறு குடும்பம் தந்த
தேனினும் இனிமை தோய்ந்த
 செழுங்கருத் தனைத்தும் கேட்டு
வானவீழ் மீன்கள் போல
 வல்லையி னிருந்த தோழர்
ஆனினம் பிரிதல் போன்றே
 அகன்றனர் தம்மூர் நோக்கி!

கொண்டதீர் மானம் யாவும்
 குறைவறச் செயலிற் கொண்டு
எண்டிசை விழியும் நோக்க
 ஏறெனத் தொடர்வோம் என்றே

தொண்டரும் முடிவிற் கொண்டார்;
    தூய்மைசேர் தலைவர் தாமும்
தொண்டினைத் தொடர்ந்தார்! இன்னும்
    சூழ்ந்துள்ளார் திருச்சி வீட்டில்!

புகழ் வளர்த்த சென்னை

கங்கையிலே நீராடிக் கனடாவில் நடமாடிக்
கால்வருடி மாதர் கலைகாணச் சென்னைவரும்
மங்காத சோதி மணிவிளக்கம் - பேரமைதிப்
பங்காளர் என்று பத்திரிகை போற்றுபவர்
சீராளர் வந்தார்இப் பெருநிலத்தில் காலூன்ற!
வானூர்தி ஏறி வரும்போது பார்த்தாரோ?
வந்திறங்கும் போதெங்கள் வனப்பை அறிந்தாரோ?
தானூரும் காரில் தம்பதிகள் போலிருவர்
காமரா சொன்றும் கனத்ததலை மற்றொன்றும்
கூட அமர்ந்துவரக் கோமளப்பூ மேனியினார்
வான்நிலையம் விட்டு வந்தவுடன் கண்டார்காண்!
செந்தமிழ் வீரர்! திராவிடத்தின் கண்போன்றார்
லட்சோப லட்சம் நடுங்கா திருந்தார்காண்!
கையில் கருங்கொடிகள்! கருத்தில் தமிழ்மானம்!
கண்மூடி நேருபுகழ் மண்மூடிப் போகவென
'நேருவே போ' என்றார்! நீண்டதொரு பாதையிலே
ஆய்வுந் ததும்ப அழகுதமிழ் ததும்பக்
கூடி யிருந்தார் குரலைஎதிரொலிக்க!
வானில் பறக்கின்ற புட்களெல்லாம் கால்காட்டி
''வந்தீரோ எங்கள் மறத்தமிழர் குலம்பழிக்க?
போவீர்!'' எனப்புகன்ற புகழ்ச்செயலை என்னென்போம்!
துண்டுதுண்டாய்க் காகிதங்கள்! தோரணம்போல் நேருமனம்!
துண்டுபட இந்நாடு துண்டுபட வீழ்ந்தனகாண்!

காரழகும் நேரழகும் கன்னங் கரியநிறக்
காகிதத்தின் பேரழகுக் கால்களுக்கு நிகராமோ?
தாளா மரியாதை சந்திரனைக் கார்மேகம்
மூடுதல்போல் நேரு முகத்தைத் துயர்மறைக்கும்?
நின்று கரங்கூப்பி நெடுவணக்கம் செய்கையிலே
உண்மை உணர்ந்ததனால் உள்ளிருந்த நம்மமைச்சர்
சட்டை பிடித்திழுத்துத் தன்பக்கம் நேருவினை
உட்கார வைத்தார்! ஊரெல்லாம், திரண்டோடி
வந்ததுபோல் நின்ற மக்களெலாம் 'வரவேற்க
வந்தவர்கள்' என்று வணங்கிவந்த நேருமகான்
இந்தநிலை கண்டார்! என்சொல்வேன் சுட்டதொரு
கத்தரிக்காய் என்பேனா? கருங்குதிரை முகம்என்று
சித்திரித்துச் சொல்வேனா? திறம்போன பனம்பழத்தைச்
சப்பியபின் போட்ட தரமென் றுரைப்பேனா?
பிள்ளை பறிகொடுத்த பேதையென உட்கார்ந்த
'பேரறிஞர்' நேருமுகம் பிறிதொன்றுக் குவமையிலை!
பழம்போன வாழைத்தோற் பக்குவமே நேருவமை!
என்தமிழர் கூட்டம் இரண்டுமைல் நீளமெனில்
இரண்டுமைல் கடந்துவிட எப்பாடு பட்டாரோ?
தனக்குவமை இல்லாத தலைவனெனக் காங்கிரசார்
பட்டபெரும் பாடிந்தப் பார்முழுதும் யார்படுவார்?
கணக்கெடுத்த ஒருதலைவன் கனித்தமிழர் பெருங்குழுவில்
மக்கள் தலைவன் மாசேதுங் பட்டானா?
மாக்மில்லன் துரைமகன் தம்மக்களிடைப் பட்டாரா?
புல்கானின் குருஷேவ் புகழ்பட்ட சேதிஉண்டா?
புல்லாகி நேருபுகழ் போனதற்குக் காரணமென்?
தம்மக்கள் வாழத் தரந்தந்த தலைவர்களை
அம்மக்கள் போற்றி அடிபணிதல் மேனாட்டில்

காண்கின்றோம்! இங்கேதன் காலடியில் தமிழ்நாட்டை
அடிமைஎனப் போட்டு அரும்பொருளைச் சுரண்டிஅவர்
துள்ளி எழும் வேளையிலே சுடுமொழிகள் கூறியதால்
நேருபிரான் பட்டார், நீதி இதுவென்றால்
மறுத்துரைக்க யார்வல்லார்? மண்டலத்து நாடுகளைக்
கணக்கெடுத்துப் பார்த்தால் கடுந்துயரில் நெடுங்காலம்
பின்னிக் கிடந்து பிணங்கள் பலலட்சம்
கண்டு சுதந்திரத்தைக் கவலையுடன் மாசேதுங்
பெற்ற மறுஆண்டில் பெரும்புகழைத் தான்பெற்றான்!
வல்லரசில் தன்னை வகையாகச் சேர்த்துவிட்டான்!
வகைமறந்த அமெரிக்கர் வாடும்வகை செய்துவிட்டான்
தன்னாட்டுத் தேவைகளைத் தானே நிறைவுசெய்யும்
பொன்னாட னாகப் புகழ்பெற்றான்! இன்றங்கே
ஏழை அடிமைஇலை! இரப்போர் எவருமிலை!
எல்லார்க்கும் எல்லாம் இருப்பதனைக் காண்கின்றோம்!
ராத்திரியில் காரேறி, நளினமும் புன்னகைக்க
துரைமக னாரோடு தோளோடு தோள்நின்று
கையெழுத்துப் போட்டு 'காபி' அருந்திவிட்டு
காகிதத்தின் மூலம் கனத்த துணைக்கண்ட
விடுதலையைப் பெற்றஇவர் விண்டுரைக்க முடியாத
விதத்தில் புகழழித்தார்! வேதனையில் ஆழ்த்திவிட்டார்!
வெள்ளையர்கள் தந்த விஞ்ஞான மல்லாமல்,
கொள்ளையராம் இவர்செய்த கோபுரங்கள் ஏதுமிலை!
இம்மி அசையவில்லை! எள்ளளவும் ஏற்றமிலை!
பிச்சைத் துயரம் பெருந்துயரம்! கடன்வாங்க
அமெரிக்கா ரஷ்யா அகிலமெலாம் சென்றோடி
மானத்தை விற்று மதியை உடன்விற்று
ஞானத்தை தமிழ்க்குலத்தை நாவடக்க மில்லாமல்
பேசியதால் தன்புகழைப் பேதைஇவர் அழித்தார்!

திறமைஇலை, அறிவில்லை! தினந்தோறும் பேருலகை
நாவால் அளவெடுக்கும் ஞானமலால் ஏதுமிலை!
வெறுந்தலையர் ஆகையினால்,வீரத் தமிழ்மாந்தர்
'நேருவே போ'வென்றார்! நேசமிலாச் சூழ்நிலையைக்
கண்டுவிட்ட நேரு காரில் பறந்தார்காண்!
ஒருலட்சம் என்றால் உள்ளதிலும் குறைவேதான்!
லட்சக்கணக்கில் நடைபோட்ட மக்கள் குலம்
ஊர்வலமாய்ச் சென்று உற்சாகக் குரல்காட்டி
வீரநடை போட்டு வேகமாய்ச் செல்கையிலே
அதிகாரப் போலீசார் 'அருள்' வைத்துப் பதினாறு
வாகனங்க ளேறி வந்தார்காண்! படபடென
ஒவ்வொருவராக உள்ளிருந்து வெளிவந்தார்!
கண்ணீர்ப்புகை விட்டார்! கடுந்தடியால் தமிழர்களை
நையப் புடைத்தார்! 'நடப்பீர்'என உரைத்தார்!
'சுடுவோம்காண்' என்றார்! தோள்தட்டித் தமிழ்வீரர்
நின்றார்! அசையவில்லை; நெடுநேரம் ஆனதுகாண்!
கண்ணீர்ப் புகைக்குண்டின் கடுமை தொடர்ந்துவரக்
கண்கசக்கி நின்ற கன்னித் தமிழரெலாம்
மெல்ல நடந்தார்காண்! வேறுதிசை சென்றார்காண்!
எல்லாம் முடிந்ததென எக்காள மிட்டதுபோல்
வாகனங்க ளெல்லாம் வரிசையாய்ச் சென்றதடா!
முடியுமா காதை? மூண்டசிறைக் கோட்டத்துள்
செந்தமிழர் நாயகனைத் திருவிளக்கை பொன்னேட்டை
மைந்தர் ஒருகோடி வாழ்த்திவரும் தேன்மகனை
புன்னகையை நீக்கிப் புறப்பகையைக் காட்டாத
மன்னவனைப் போட்டு மடக்கியபின் தமிழ்நாட்டில்
உறவில்லா நேரு ஊர்வலமாய் வருவதற்குச்
சம்மதிப்ப துண்டோ? தமிழர்கதை அதுவா?
பரங்கிமலைப் பக்கம் பதறி நடந்தமக்கள்

பையத் திரும்பியதும் பலதிசையில் நடந்ததுவும்
அறிமுகமில் லாதவர்போல் யாரோடும் பேசாமல்
ஈரிருவராக எழில்தேக்கும் மௌண்ட் ரோட்டை
நோக்கிப் பறந்ததுவும் நுவலவொணா தப்பப்பா!
மாலை இளவெயிலின் மயக்கத்தில் சென்னைநகர்
மூழ்கிக் கிடக்கின்ற முன்னேரம், மக்களெலாம்
சாரியாய் வந்தார்! தமிழர் தலைநகரம்
மண்தெரியா தாகி மக்கள் தலைமூடக்
கார்நிறத்தி லிருந்ததனைக் கண்டேன்! களிகொண்டேன்!
நாற்பாதை சந்திப்பில் 'ரவுண்டானா' நாற்புறத்தில்
லட்சக் கணக்கில் நலம்பாடு தமிழரினம்,
கையில் கருங்கொடிகள்! காண விரும்பாமல்
என்ன நினைத்தாரோ? இதயம் திகைத்தாரோ?
மன்னவராம் நேரு வாசல் புறம்விட்டுக்
கொல்லை வழியில் குறுக்கே புகுந்துவிட்டார்!
வெட்கமடா வெட்கம்! வீராதி வீரனென
வெண்ணெய்வெட்டிச் சிப்பாய்கள் வியந்துரைக்கும்
                                                              பண்டிதரே
கொல்லை வழிச்சென்றார்! கொல்லையிலும் போலீசார்
ஆயிரமாய் நின்றார் அச்சத்தின் அளவுஅது!
ஆர்ப்பரிக்கும் வரவேற்பை அள்ளித் தரவந்த
காங்கிரசார் நூற்றிருவர் 'காசுக்கு' நின்றிருந்தார்!
பேசியபின் நேரு பிறரறியாப் பாதையிலே
ஓடினார், மக்கள் உளங்கொதித்தார்! கட்சியெனும்
பேதமின்றி எல்லாரும் பேதையடா நேருவென்றார்!
மறுநாள் நிகழ்ச்சிநிரல் மாறியது! முன்நேரம்
தள்ளி நடத்திவிட்டார்! தாவினார் வானூர்தி!
"செத்தோம் பிழைத்தோம்! சென்னையே என்மானம்

வாங்கிவிட்டாய்! போகின்றேன்! வரமாட்டேன்!"
என்பவர்போல்
பறந்தார்! பறந்துவிட்டார்! பறந்திருந்த வானூர்தி
கயிறறுந்த பட்டமெனக் கடுமொழியர் நேருபுகழ்
சேர்ந்து பறக்கத் தில்லிநகர் சென்றதடா!
சென்னை நகரம் தீந்தமிழர் பொன்னகரம்
அன்னைத் தமிழ்க்குலத்தை ஆளவரும் மைந்தர்களால்
பேரழகு பெற்றதடா! பேதையர்கள் எல்லாரும்
மூக்கில் விரல்வைத்தார்! மூர்ச்சித்தார்! திராவிடரின்
முன்னேற்றக் கழகமிதன் மூச்சடக்கு வேனென்ற
மூடரெலாம் சேர்ந்தார்! எம்முன்னோர் வழிவந்த
மாத்தமிழன் அண்ணா மணித்தமிழன் நெடுஞ்செழியன்
தீந்தமிழன் கருணா செந்தமிழன் மதியழகன்
ஆர்த்தபுகழ் அப்பா! அழகுமொழிப் ப.உ.ச.,
தமிழ்நாட்டு மக்கள் தலைவனெனத் தில்லியிலே
ஆங்கிலத்திலே பேசி அகிலப் புகழ்பெற்ற
சொல்வல்லார் - நட்பினியார் - சுவைமொழியார் சம்பத்து
நடிகப் பெருந்தோழர் நல்லன்பர் எம்.ஜி.ஆர்.!
ராஜேந்திர வீரன் நாரா யணசாமி!
நடிப்போ டிசைப்புலவர் நம்ராம சாமியொடும்
அன்பழகன், நடராஜன், அரங்கண்ணல், இருசப்பன்
அன்பில் பிறந்தமகன் அன்பில் தருமலிங்கம்
ஆத்தூர் மாத்தமிழர், ஆற்காடு வேலூரார்,
அன்றிலிருந்து இன்றுவரை அறிவுலகில் பணிபுரியும்
போளூரார்! சென்னைப் புகழ்நகரம் பெற்றமகன்
கண்ணபிரான்! வில்லாளன்! காரிகையர் தலைவியென
நாடே முழக்கமிடும் நடுங்காத 'வாணி' மகள்!
நெடுஞ்செழியர் தம்பி நெறிச்செழியர்! மாணவரின்
பூமனத்தில் வாழும் பொன்னுவேல்! இளவரசு!

குறுமுறுவல் வட்டமிடும் கோவிந்தசாமி! எழில்
அள்ளித் தெளித்துவிடும் ஆசைக்கு ஒருதம்பி!
அண்ணா மலைசக்தி! அடங்காத கல்யாணம்!
ஏழெலும்பை எண்ணி இணைத்திருக்கும் மேனியிலும்
ஆறெலும்பை அள்ளி அறந்தமிழுக் களித்துவிட்ட
நெஞ்சமுத்தக் காரன் நேர் என்.வி. நடராசன்!
ஆயிரம்பேர் என்று அருந்தமிழர் பொன்னாட்டில்
பத்திரிகை கூறும் பண்பாளர் எல்லாரும்
முன்னாளே வெஞ்சிறைக்குள் மூடப்பட் டாரெனினும்
சென்னைநகர் இந்தத் திறங்காட்டி விட்டதடா!

பெரும் பயணம்

புகுவாயிற் சொல்

1952 ஆகஸ்ட் மாதம் பதினான்காம் தேதியன்று சென்னையில் அறிஞர் அண்ணா அவர்களைச் சந்தித்தேன். கல்லக்குடிப் போராட்டத்தில் கைது செய்யப்பட்டு, அப்பொழுதுதான் ஜாமீனில் வெளி வந்திருந்தேன். அப்பொது எங்கள்மீது போடப்பட்டிருக்கும் செக்ஷன் களைப் பற்றியும் வழக்கைப் பற்றியும் பேசிக்கொண்டிருந் தோம். அந்த வேளையில் அறிஞர் அண்ணா அவர்கள் குறைந்தபட்சம் எனக்கு ஓராண்டு தண்டனை விதிக்கப் படலாமென்றும், அப்படி விதிக்கப்பட்டால், 'தென்னாட்டிற்குள் ஆரியர்கள் வருகை பற்றிய வரலாற்றைச் சிறையிலே காவியமாக எழுது' என்றும் கூறினார்கள். இந்த வார்த்தைகள் என் மனத்திலே ஒலித்துக் கொண்டே இருந்தன. ஆனால் அது பற்றி வரலாற்று நூல்கள் சிறையிலே எனக்குக் கிடைக்க வில்லை. என்றாலும், ஒரு புதிய சிந்தனை உருக்கொண்டது. அதாவது, திராவிட இயக்க வரலாற்றைக் காவியமாக எழுத வேண்டுமென்பதுதான் அது. அதற்கும் சிறையிலே எனக்கு வசதியில்லை. ஆகவே, சிறை நீங்கி வெளிவந்ததும் அந்தப் பணியைத் துவங்கினேன். துவங்கிய பிறகுதான் அது எவ்வளவு கடினம் என்பதை என்னால் உணர முடிந்தது. முழு ஆதாரமும் கிடைக்காமல் திண்டாடினேன். தோழர் போளூர் சுப்பிரமணியம் போன்ற இரண்டொரு பழம்பெரும் செயல் வீரர்களிடமிருந்து, சில சில செய்திகள் தெரிந்து கொண்டேன். பிறகு தோழர் மா.இளஞ்செழியன் எழுதிய 'தமிழன் தொடுத்த போர்' என்ற புத்தகமும், பேராசிரியர் அன்பழகன் எழுதிய நூலும் எனக்கு நல்ல அளவில் துணை புரிந்தன. திராவிட நாடு, குடியரசு முதலியவற்றின் சில சில

தொகுப்புகளும் கிடைத்தன. அவற்றை வைத்துக் கொண்டே இந்த நூலின் முதல்பாகத்தை முடித்திருக்கிறேன். இது முழு நிகழ்ச்சிகளையும் சொல்லவில்லை யென்றாலும், இயக்கம் வந்த வழியை ஓரளவு வரம்பு கட்டிக் காட்டியிருக்கிறது. நிற்க.

'பெரும் பயணம்' என்கின்ற தலைப்புப்பற்றி, சில நண்பர்கள் என்னிடம் சில கருத்துகளைத் தெரிவித்தார்கள். அறிஞர் அண்ணா அவர்களே ஒருமுறை என்னிடம் கூறினார்கள். முதலில் இந்தக் காவியத்திற்குத் தலைப்புக் கொடுக்க வேண்டுமென்று நான் எண்ணியபோது, மிகக் கடினமான பணியை மேற் கொண்ட இயக்கத்தின் பாதையைக் குறிக்கும் பொது வார்த்தையாகவே இந்தத் தலைப்பை எடுத்துக் கொண்டேன். 'பெரும் பயணம்' என்ற வார்த்தைக்கு இறுதிப் பயணம் என்ற பொருள், மரபாக உண்டு என்றாலும் சொல்லின் நேர்பொருள் அதுவல்ல என்கிற துணிச்சலிலேயே இந்தத் தலைப்பைச் சூட்டினேன். ஆங்கிலத்தில் கூறப்படும் Long March என்னும் வார்த்தையையே பெரும்பாலோர் 'பெரும் பயணம்' என்று மொழி பெயர்க்கிறார்கள். அந்த ஆங்கிலமூலம்தான் 'பெரும் பயணம்' என்கிற பொருளை வழக்கில் கொண்டு வந்து விட்டது. 'பெரும் பயணம் - பெரிய பயணம் - கடினமான பயணம்', இந்த நேர் பொருளில்தான் தலைப்புச் சூட்டப் பட்டிருக்கிறது. நிற்க.

இது முதற்பாகம்தான். இயக்க வரலாற்றிலே கால் பாகம்தான்.

வரலாற்றைக் காவியமாக்கிய காரணத்தாலே அடிக்கடி சந்தங்களை மாற்றிக் கொள்ள வேண்டி வந்தது. சில இடங்களில், ஓசை நயம் கெடாமல் இலக்கண வரம்பை வளைத்துக் கொண்டிருக்கிறேன். ஏதாவதோர் இடத்தை எடுத்து வைத்துக்கொண்டு, 'இதற்கு இலக்கணத்திலே விதி எங்கே?' என்று யாராவது கேட்டால் இலக்கண நூல்களைப் புரட்டாதீர்கள், என்னிடம் வாருங்கள்; சொல்கிறேன்.

-கண்ணதாசன்
(1955-இல் எழுதப்பட்ட முன்னுரை)

பெரும்பயணம்

தமிழே!

பிறப்பறியேன், பெற்றெடுத்தார் பேரறியேன்
ஆனால்
சிறப்பறிவேன் தெள்ளுதமிழ்த் தாயே-
குறிப்பறியார்
தூற்றினரென் றாலும் துயர்கொள்ளான்
நற்புகழைப்
போற்றிடவென் மன்றிற்
பொலி!

அந்த நாள்

செந்தமிழ் நாட்டின் அந்தநாள் வாழ்வைத்
திராவிட மக்களின் செழுவர வரலாற்றைத்
திரும்பிப் பாரீர்! சேரமான் வீர
செங்குட் டுவன் வடதேசம் சென்றதும்
அரும்பா வயதுக் குருத்தினைப் போர்க்கு
அனுப்பிய தாயின் அருவர லாறும்
கரும்பால் ஆக்கிய கன்னியர் தாமும்
கணவரும் மகிழ்வே வாழ்வாய் நின்றதும்
பொன்னும் மணியும் மின்னிப் பொலியும்
பூம்புகார்த் தெருவின் வாணிபக் காட்சியும்
செந்நெல் வயலிற் பொன்னை விளைத்துத்
தென்னவர் மனையைச் சிங்கா ரித்ததும்
வன்னெஞ் சினரை வதையுற வீழ்த்தி
வரலாற் றுள்ளே புனிதம் பொறுத்ததும்
அண்ணன் தம்பி அக்காள் தங்கை
அம்மா வென்று அன்புறப் பிணைந்ததும்
'நாமெலாம் ஒன்று; நம்பெயர் தமிழர்
தேனுலாம் காடு செந்தமிழ நாடு
நமதே! வாழ்வெலாம் நமதே!' என்ன
முரசம் ஒலித்ததும், மூண்ட பகையினாற்
கலிங்கம் வென்றதும், கடாரம் கொண்டதும்
இலங்கைத் தீவினைக் கலங்க அடித்ததும்
கரிகாற் சோழர்தம் கண்நிறை காட்சியும்
காவிரி நதியின் கரைவிளை யாட்டும்
பரிசில் பெற்றோர் பாடல் இசைத்ததும்
பாடல் பெற்றோர் பரிசில் ஈந்ததும்
வீரம் ஒன்றே விளைநிலம்; அதிலே
விவேகம் மிக்க வீரம் நிறைந்தது

கடற் கரையோரச் சோலையாம்; அதிலே
கனகம்போல் மலர் படுக்கை விரித்திடத்
திடந்தோள் அண்ணல் தேன்மொழி யாளை
தேடித் தேடி அலுத்தபின் அங்கே
ஓடி வந்து ஒண்டொடி யாள்தம்
கோடிச் சந்திரக் குளிர்முகந் தன்னை
நிலவென் றெண்ணி நிற்கவும், கண்ணாள்
நிமிராத் தலையால் நிலம் பார்த்திடவும்
சிலையோ என்றவன் திகைத்து நிற்கவும்
சித்திரம் வாயால் அத்தான் என்னவும்
நிலைமறந் தன்னான் நேரிழையாள் முகக்
கலையூர் சேர்ந்து கச்சிதமா யொரு
முத்தம் பறிக்கவும் மூங்கைய ராகிச்
சித்தம் குளிர்ந்து திருநாள் இதுவென
ஆடியும் ஓடியும் அன்பு விளைத்ததும்
திரும்பி வரும்போ தொருமுறை தெருவில்
முத்துக் குவியலில் ஒருபடி வாங்கி
மூட்டை கட்டித் தூக்கிச் சென்றதும்
வாங்கு வாரின்றி அரிசியும் பயறும்
மலைமலை யாகத் தெருவிற் கிடந்ததும்
யானைக் கூட்டம் தின்றபின் மீதியைத்
தானம் கொடுத்தும் குறையா தாகா
கப்பலி லேற்றித் தீவிடை யுள்ளோர்
களிப்புறத் தந்து கண்ணாற் கண்டதும்
எத்தனை காட்சிகள்! எத்தனை காட்சிகள்!
அத்தனை காட்சியும் இன்ப ஊற்றடா!

சூழ்ச்சி வென்றது

கட்டி ஆண்டவர், கங்கை கொண்டவர்,
கவின் குலோத்துங்க சோழ மன்னவர்,
எட்டி வந்த பகையினைத் தூசுபோல்,
இட்ட ழித்தவர், ஏறென வாழ்ந்தவர்,
அட்ட திக்கிலும் அறம் வளர்த்தவர்,
நட்ட கல்லைப் படிக்கல் லாக்கியே,
ஞால முற்றும் புகழ்தர வாழ்ந்தவர்,
சொன்ன வார்த்தையிற் றோள்துடித்து, 'கல்
தூக்கு! தூக்' கெனத் துரத்தி வந்தவர்,
மின்னல் மேனியர், வாள் சுழற்றிடும்
வீர மங்கைய ராக வாழ்ந்தவர்,
'தாய்த் தமிழ்த்திரு நாடெனில் எம்உயிர்!
தனிப் புகழ்அது வளர்த்திடும் நற்பயிர்!
சேயனைத் துடன் கூடி ஆடுவோம்!
தீத்தி றத்து மறக்குலம் பேணுவோம்!
வாய்வெ டித்துப் பிதற்றிடும் பித்தரின்
வாய்கி ழித்து நேர்மை நாட்டுவோம்'
என்று வாழ்ந்த இன்பத் திராவிடர்
ஏற்றி வைத்த அன்பலால், பொய்மதத்
தெய்வ மில்லை, அத்தேவை இன்மையால்
தேயமே உயிர்த் தெய்வத் தன்மையாம்!
சைவமாம் இழி சமயம் இல்லையாம்!
தமிழர் தம்குணம் சமய எல்லையாம்!

திங்கள் ஞாயிறு மாமழை போற்றினார்!
'தீரம்' நோக்கி இருகரம் கூப்பினர்
எங்கும் இன்ப எழில்மலர்க் காடுகள்
ஏறு காளையர், இழையும் கன்னிமான்!
அந்தி வந்ததேல் அகநா னூறுதான்
அடுத்த காலையில் புறநா னூறுகாண்!
வந்தவர்க் கெல்லாம் வாழ்வு தந்தநல்
மனம் மிகுந்தவர் வாழ்ந்திடுங் காலையில்
ஆடு மாடுகள் முன்நடந் திட
ஆர ணங்குகள் பின்தொடர்ந்திட
காடு யாவையும் கடந்து சிற்சிலர்
கன்னித் தாயக எல்லை தொட்டனர்!
மஞ்சள் மேனியும் வஞ்ச நெஞ்சமும்
மான மென்னும் ஓர்எண்ணம் இன்மையும்
கொஞ்சும் வார்த்தையும் கொண்டவர் தமிழ்க்
கோட்டை வாசற் படியை மிதித்தனர்;
சொந்தமாக ஓர் நாடி லாதவர்
தொட்ட பூமியில் சூழ்ந்து வாழ்பவர்
எந்த நாடும்தம் சொந்த நாடென
ஏற்று மாந்தரை மாற்றி ஆள்பவர்-
சொத்து என்பதோ தர்ப்பை ஒன்றுதான்
தூய்மை என்பதோ துளியும் இன்மையால்
வித்தை யாவையும் சூழ்ச்சிப் பள்ளியில்
விரும்பிக் கற்றதாம்; வேறு என்சொல!
நச்ச ரவுகள் மனித மேனியில்
நடமிடும் கதை இவர்கள் கதையாம்!
அச்சம் மிக்கவர், கோழையர், ஆயினும்
அடுத்து வீழ்த்திடும் திறமை மிக்கவர்!

அடியெ டுத்து வைத்ததும், கண்ணெதிர்
அங்கு நின்றவோர் தமிழனைப் பார்த்து, ''இப்
படி அமர்ந்திடும் பண்புடைத் தென்னவ!
பாரில் உம்புகழ் பரவக் காண்கிறோம்!
மிடிமை இல்லதாம் உங்கள் தாயகம்!
வீரர் தேயமாம்! கேள்வி யுற்றனம்!
எனில் உமக்கொரு தெய்வம் இல்லையாம்
என்ன மோசம், இஃதாண்டவன் ஏற்பரோ!''
என்றதும், தமிழ ஏறுகூ றுவன்;
''ஏன் இலை! கதிரோன் ஒரு தெய்வமாம்!
எழில் நிலாவும்யாம் போற்றிடு தெய்வமாம்!''
என்று கூற, அவ்வீணர்கள் யாவரும்
எழுப தாயிரம் கடவுள்கள் கூறி, அக்
கடவுள் யாவரும் வானில் உண்டெனக்
கதைய ளந்தனர் கற்பனை பொங்கிட!
பொய்ய லால்சிறு மெய்யுமி லாமலே
புவியில் வாழும் திறம்மிகு ஆரியர்
சொன்ன யாவையும் தமிழன் ஏற்றனன்!
சூழ்ச்சி வென்றது! நாடு சாய்ந்ததே!
கடவுள் வாசலைக் காத்தனர் ஆரியர்!
கன்னியர் விழிக் கடலைக் காட்டினார்!
வீரம் முற்றும் ஒழிந்தது நாட்டிலே!
வேத மந்திரம் நுழைந்தது ஏட்டிலே!
தீரம் மாண்டு ஆரியர் சாத்திரத்
தீக்குழி யிடைச் சாய்ந்தனர் தென்னவர்!

ஈரோட்டில் விடிவெள்ளி

ஒளிதுரத்தி இருள் வர, மேதினி
உறங்கி வீழ்தல் போற்றமிழ்த் தாயகம்
இழிவி ருட்குகை சேர்ந்ததாம்; வீரர்கள்
எலி மனத்தின ராயினர்! ஆரியம்
குழிபறித்து நற்றழை கொடு மூடவும்,
குப்புறத் தமிழ் மாநிலம் வீழ்ந்ததாம்!
பழிபிறந்து நற்புகழ் அழிந்து, தென்
பாங்கு யாவிலும் தீங்கினம் சேர்ந்ததாம்!

ஒன்றி ரண்டல! பன்னூ றாண்டுகள்
உணர் விழந்து கிடந்தவர் தென்னவர்!
கன்றும் ஆவும் கடும்பகை யானபோல்
காரும் நீரும் வேறுவே றானபோல்
வென்றி வீரரும் மின்னிடும் வாட்களும்
வேறு பட்டு மெய்தூசு படிந்தபோல்
ஒன்றி வாழ்ந்தவர் ஒற்றுமை தீர்ந்தனர்!
ஒவ்வொ ருள்ளிலும் உணர்வுகள் மாறின!

கரி பருத்தது! ஆயினும் சிறுபடக்
கரிய நாகவிஷம் படச் சாய்தல்போல்
வலி மிகுந்தவர், சூழ்ச்சியில் வீழ்ந்தனர்!
வஞ்ச நெஞ்சினர் சோலையில் ஆடினர்!
மறுபடிக்கும் சொல்வ தென்?திராவிடம்
மாண்டு, வந்தவர் ஆரிய நாடென

எழுதி வைத்தனர்!ஏற்று 'ஆம்!'சொலும்
இளித்த வாயர்கள் இன்றும் இங்குள்ளனர்!

ஆரியக் கொலை காரர்கள் ஓர்புறம்
அள்ளி ஓடும் வடவர்கள் ஓர்புறம்
காரியத்தில் கண்ணொடு வாழ்ந்து, தம்
கைப் புறத்திற் பொருட்குவை சேர்க்கவும்
வந்தவர்க் கெலாம் வாழ்வளித்து, தன்
வாழ்விற் றென்னவன் ஆண்டி யாயினன்!
இந்தத் தீமை பொறுப்பதில்லை யென்(று)
எழுந்தது காண்க ஈரோட்டில் ஓர் செங்கதிர்!

தங்க வண்ண மேனியும், புன்னகை
தாங்கும் இன்ப வதனமும், கண்களில்
பொங்கும் வீரப் போர்ப்புலிப் பார்வையும்
'புவனம் யாவையும் தன்வய மாக்கிடும்
எங்கள் தந்தை!'யென் றின்பத் திராவிடம்
ஏற்ற வந்தநம் ஈரோட் டண்ணலை
இங்கு வாழும் இழிந்த போக்கினர்
எண்ணி எண்ணி இளைக்க லுற்றாரோ!

மேடை யேறி நின்றிடில் ஓர்எழில்
மெய் சிலிர்க்கப் பேசிடில் ஓர்எழில்
தாடை தாங்கும் தாடி அசைந்திடில்
தனிப்பெரும் எழில்! கருநிறத் தமிழ்
ஆடை காற்றில் அசைந்திடில் ஓர்எழில்!
அடி எடுத்து நடந்திடில் ஓர்ஒழில்!
ஈடிலாத நம் ஈவே ராவினுக்(கு)
இது புறத்தொழில்! என்னில் உள்ளமோ...

''எனது தாயகம்! எனது தோழர்கள்!
எனது தாய்மொழி! எனது சோதரர்!''
என்பதே நினை வான உள்ளமாம்!
இழையும் மூச்சிலும் இந்த வெள்ளமாம்!
கனவு போலப் போன சரித்திரக்
காட்சி யாவையும் காட்டி ஈண்டுளோர்
நினைவை மாற்றி நிலைவி ளக்கிய
நேர்மொழித் தமிழ் வீரராம் அவர்!

தூங்கினோர் தமைத் தட்டி எழுப்பியும்,
சோம்பல் நெஞ்சினைச் சுறுசுறுப் பாக்கியும்
பாங்கு காட்டியும் பண்பை ஊட்டியும்
பாதை மாறிய வேதனை கூறியும்
''தீங்கு நீங்கிடத் தினவு கொண்டெழு
தீரனே'' என வீரம் ஊட்டிய
ஈங்குளோர் மனம் எழுச்சி கொள்ளத் தென்
இந்திய நலச் சங்கம் சேர்ந்தனர்!

நல உரிமைச் சங்கத்தில்

'காதி' ஆடைகள் அணியுங் காட்சியே
கண் நிறைந்த காட்சியென் றெண்ணியும்
சாதி ஆயிரம் வாழ்கிற போதிலும்
தாயர் 'பாரத தேவி' யென் றெண்ணியும்
வேதியர் அடி வீழ்வ தொன்றுதான்
மெய்ப்புகழ் தரும் வேலையென் றெண்ணியும்
ஓதி வாழ்ந்தவர் உண்மை கண்டு,அவ்
உண்மை கூற நற்சங்கம் சேர்ந்தனர்!

மூட்டை தூக்கிக் கதர்த்துணி விற்றவர்
முழுப்பொருள் உடல் அர்ப்ப ணித்தவர்
''வேட்டை வெள்ளையனே வெளியே'' றென
வெஞ்சினத் தோடும் சமர்தொ டுத்தவர்
பாட்டை நீங்கி, ''காங்கிரஸ் இனி
பார்ப்பனக் குலக் கட்சிதான்; பெரும்
கேட்டை நம்மவர் காணுமுன்னே அதைக்
கிள்ளி வீசுவோம்!'' என்றெழுந் தாரே!

''கைம்முதல் ஒரு துளியும் இன்றியே
கணக்கில்லாத் தொழில் புரியும் ஆரிய!
எம்முதல் கொடு இங்கு வந்தீர்?'' என
இடித்துக் கேட்கவும், தென்னகத் தொன்மையர்
தம் முதல் பறிபோகுந் தன்மையைத்
தடுத் திருத்தவும், தாய்த்திரு நாட்டினர்

விம்முங் காட்சியி லாது விளங்கவும்
''வீரர்காள்! எழுவீர்'' எனப் பாடினர்.

புத்தர் செய்த புரட்சியும், ''ஆரியம்
பொய்யடா! மறை பொய்யடா! அவை
இத்தரை தனில் இழிந்த கொள்கையர்
எழுதி வைத்த ஏடடா!'' எனச்
சத்த மிட்ட கபிலனின் பாதையும்,
தனிப்பெருந் திருமூ லர்தம் பாடலும்,
சித்தர் சொன்னதும் திரும்பக் கூறியே
திராவிடர் உளில் தெளிவு தந்தாரரோ!

நீண்ட காலம் தடையேது மின்றியே
நினைத்த யாவையும் கொண்டிவண் வாழ்ந்தது
மாண்டு போகுமென் றஞ்சிய ஆரியர்
வாய் கிழித்துக் கூக்குர லிட்டனர்!
''ஆண்டவன் இலையாம்! அட நாத்திகா!
அழிந்து போகுமடா புவி! தில்லையின்
தாண்டவன் உனைச் சாம்ப லாக்குவான்!
சாத்திரத்தை இகழ்ந் திடேல்'' என்றனர்!

ஊறி ஊறி உடலெல்லாம் ஊறியே
உலக மூடத் தனங்களின் வீடுபோல்
நாறி நாறி நாற்றமே மீதுற
நடுங்கி வாழ்ந்த திராவிடரும், அவர்
மாறிமாறிச் சொன்ன சொல் கேட்டனர்
வாழ வைக்க வந்த நல்லோர்களை
சீறி ஓடித் தாக்கினர்! ஆரியத்
தீயர் வாயிதழ் புன்னகை பூத்தன!

சத்திய மூர்த்தியார், வ. வே. சு. ஐயர்
சதிச்செயல் புரி ராஜகோ பாலரும்
வித்தகர் சுப்பிர மணிய ஐயரும்
விஷம் படைத்த பார்ப்பனர் யாவரும்
கொத்தித் தின்று போடுதல் போலநற்
கொள்கை யாளர்பாற் சீறி எழுந்தனர்!
அத்த னைக்கும் கலங்கிலர்! பெரியவர்
அடுத் தடுத்து மடமையைச் சாடினர்!

ஒன்று பத்தெனப் பத்து நூறென
உண்மை கண்டவர் ஓடி வந்தனர்!
கன்று வந்ததும் தாவிச் சேர்தல்போல்
கனிவு காட்டி அணைத்தனர் பெரியவர்!
''இன்று சூத்திரன்! ஆத்திரம் கொண்டுநாம்
எழுந்த காலையில் சாத்திரம் தீயிலே!
நன்று காணுவோம்!'' என்றநற் பல்லவி
நாடு முற்றிலும் எதிரொ லித்ததே!

★ ★ ★

ஆயிரத்துத் தொளாயிரத்து இருபத் தைந்தில்
அழகுநகர்க் காஞ்சியிற் காங்கிரஸ் மாநாட்டில்
தாயகத்துத் திராவிடரின் வகுப்புக் கேற்ப
சரிபாதிச் சதவிகிதம் ஸ்தானம் கேட்ட
'தீய' செயல் பார்ப்பனர்கள் திருக்கூட் டத்தில்
திகைப்பெழுப்ப, நூலோர்கள் ஒன்றாய்க் கூடி
பாயும்வகை தேடியதும், பெரியா ரோடு
பகுத்தறிவு, எஸ். ராம னாதன் சேர்ந்து

காங்கிரஸைக் கைகழுவி வெளியில் வந்து
கர்ச்சனைகள் புரிந்தும், தன்மா னத்தைத்
தாங்கி வளர் சுயமரியாதைஇ யக்கம்
தளிர்நடைபோட் டெங்கணுமே வளர்ந்த காட்சி
ஏங்கியதென் னாட்டவர்க்கு இன்ப மாக
எல்லவரும் வந்ததிலே சேர்ந்த யாவும்
தீங்கறுசெந் தமிழ்ப்பாட்டிற் கூறும் காலை
தித்திக்கும்! தித்திக்கும் மகிழ்வே மல்கும்!

'குடியரசு' எனும்ஏடு இயக்கத் தின்தூண்!
கொலைவாளாம் 'புரட்சி'இதழ் மற்றோர் தூணாம்!
'விடுதலை'யும் 'பகுத்தறிவு' வீர ஏடும்
விளக்கமறு சமுதாயம் விளங்கத் தோன்றும்!
''கெடுதலையே இனிஇல்லை! கிளர்ந்தார் வீரர்!
கீழ்க்குலத்தார் பார்ப்பனர்க்கும் மேலே செல்வார்!
படுமனமே படு! நாட்டில் நீவி தைத்த
பாழ்காட்டில் நீஅழிவாய்'' என்றார் வீரர்!

தமிழகத்தின் இருள்போக்கும் பணியில் அன்று
தன்மானங் காப்பதற்கு எழுந்தோர் தம்மில்
அமிழ்தான தமிழாளன்- அஞ்சா நெஞ்சன்
அழகிரியும், செயல்வீரர் எஸ். வி. லிங்கம்,
இமைக்காத விழியோடும், செயலே கண்ணாய்
இருந்திட்ட சௌந்தரபாண்டியனார் தாமும்
அமைவான மனத்தார் சிங்கார வேலர்
அனைவோரும் நல்லதொரு இடங்கொள் கின்றார்!

நாகைமணி, நடராசன், டி.என். ராமன்
நயவார்த்தைக் கைவல்ய சாமி யாரும்
வாகைபெறு 'பூவாளூர்' அண்ணல் தாமும்
வளக்கவிஞர் பாரதி தாசன், சித்தையன்

பாகுமொழி இராமசுப் பையா வோடு
'பண்பான' குருசாமி, ஜீவா னந்தம்
ஆகஇவர் மட்டுமல்ல, வீரத் தாய்மார்
அன்னை நாகம்மை, இராமாமிர் தத்தார்!

கூறுவதென்; சேரனுக்குப் படைவாய்த் தாற்போற்
குளிர்ந்தமிகப் பெரியார்க்குத் தொண்டர் வாய்த்தார்!
"ஆறுவதோ! அடங்குவதோ! இல்லை இல்லை!
ஆரியர்தம் கோட்டையினைத் தூளாய் ஆக்கி
மாறிவரும் புதுயுகத்தைக் காணு முன்பு
மற்றுமொரு வேலைஎமக் கில்லை" என்றே
போர்முரசம் ஆர்க்கின்றார், புதுமைப் பாட்டைப்
பூமியெலாம் பாடுகின்றார்! இந்நே ரத்தில்!

ஆயிரத்துத் தொளாயிரத்து இருபத் தேழில்
அக்கிரமக் காங்கிரசை விட்டு வந்த
சேய்மனத்து முத்தையா அமைச்ச ராகித்
திருநாடார் பனகலின் உதவி யோடு
தாயகத்து மக்களுக்கு 'வகுப்பு வாரி'ச்
சந்தோஷச் செய்தியினை அறிவிக் கின்றார்!
நோய்மனத்து முப்புரியார் கூவு கின்றார்,
"நுழைந்த தய்யா வகுப்புவாதம்" என்கின்றார்!

வகுப்புவாரிச் சட்டம் வந்த பின்பு
வளநாட்டில் கல்வியறி வில்லா மாந்தர்
தொகுப்பாகத் தம்முன்னே சிலரை யேனும்
தொல்லையிலா மற்பள்ளிக் கனுப்ப லானார்!
அரசாங்க அலுவலகம் தன்னிற் கூட
அமைச்சரவர் அம்முறையைப் புகுத்தச் செய்தார்
விரைவாகத் தென்னவரின் மக்க ளெல்லாம்
வெளிச்சத்தில் பயமின்றி நடக்க லானார்!

1937

குள்ளநரிச் செயல் செய்யும்-நச்சு உள்ளக்
கொலைகாரன் இராசகோ பாலாச் சாரி
கள்ளமறு தாய்நாட்டின் பொறுப்பை ஏற்றுக்
கயமையிலே ஆட்சி புரிகின்றார்! அன்று
பிள்ளைமனங் கெடுப்பதற்கே இந்தி யென்னும்
பிய்ந்த செருப்பினை எடுத்துத் தமிழர்சேயின்
உள்ளமதிற் கட்டாயம் புகுத்த வென்று
உரைத்ததனைக் கேட்டவர்கள் துடித்தார் மாதோ!

''இளங்குழந்தை நெஞ்சினிலே விஷமா? சிச்சீ!
இழிகுணத்தான் செய்கையினைத் தடுத்தே நிற்போம்!
வளங்கொல்ல வந்துற்றான் ஆரி யப்பேய்
வன்னெஞ்சன்! இந்தித்தே வடியா ளைத்தன்
குலமாதாய்க் கொண்டுவர, வீர நாட்டார்
கோழைகளாய்ப் போவதிலும் சாவே நன்று!
களங்காண்போம்!'' எனஎழுந்த தோழர் தம்மிற்
கனிவுதரும் புன்னகையாய் அண்ணா நின்றார்!

நம் அண்ணா

வெற்றிலையின் காவிபடி பல்லும்-மேலே
வெறும்வார்த்தை சிந்தாத உதடும்-ஆங்கே
வற்றாத இளமைசொலும் மீசை-என்றும்
மங்காத சோதிஎனும் நுதலும்-கண்டோர்
அறிஞருக்கும் அறிஞரிவர் என்னும் வண்ணம்
அளந்தளந்து நயத்தோடு பேசும் பேச்சும்
உருவாகி வந்துற்ற நிலையிற் றோன்றும்
உயர்குணத்தார், படையினிலே முன்நிற் கின்றார்!

குன்றாத மனவளத்தான்; கவிதைச் செல்வன்;
குறைவுபடா எழுத்தாளன்; அறிவுத் தோட்டம்;
அன்றாடம் 'விடுதலை'யில் வரைந்த சொல்லால்
அறிவுலகப் பாதையிலோர் புதுமை கண்டோன்;
திண்டோளும், மாங்கனியை வகிர்ந்தாற் போலச்
சிவந்துவரும் புன்னகையும், வாலி பர்முன்
நின்றாடும் காதலிபோல் தவழும் பேச்சும்
நிறைவேந்தன் ''துரை'' என்றார்; ''அண்ணா'' என்றார்!

அதுவரையிற் படித்தோர்கள் பலரி ருந்தும்
அழகுமொழி இழைகருத்துக் கேட்ட தில்லை!
மதுமலரை வண்டினங்கள் தேடி ஓடும்!
வயக்காட்சி அவ்வளவாய்க் கண்ட தில்லை!
சதிகாரக் கும்பலுக்கு நயமாய்ச் சூடு
தருகின்ற நாகரிகம் வளர்ந்த தில்லை!

எதிர்ப்பாட்டுப் பாடிடினும் பகைவர் கூட
இளகிவிடும் படிப்பாடும் திறனு மில்லை!

சுயமரியாதை இயக்கம் நீதிக் கட்சி
'சூடாக'ப் பணிசெய்த துண்மை; ஆனால்
நயமாகப் பேசிமனங் கவரும் வண்ணம்
நடந்ததெல்லாம் அறிஞரிவர் வந்த பின்பே!
பயந்தேக்கி மறைந்திருந்த பார்ப்பார் கூடப்
பயமின்றிக் கூட்டத்திற் கலக்கு மாறு
சுயமான கற்பனையிற் சொல் குழைத்துச்
சொக்கவைத்தார் எனக்கூறின் மிகக் குறைவு!

''அடடாவோ யாரப்பா அடுக்குச் சொல்லோன்!
அண்ணாத் துரையாமே! காஞ்சி யாமே!
படிப்பாளி... எம்.ஏ.யாம்! பலவுங் கற்றுப்
பழக்கொத்தே போற்சொற்கள் உதிர்க்கின் றானே!
கடனாகச் சிலவேனும் தந்தா னானால்
கவிபாடி நான்புலவன் ஆவே னப்பா!
மடைபோலப் பேசுகிறான்! பகவான் தந்த,
வரமப்பா!'' என்பர்எதிர்க் கட்சி யாளர்!

''சாஸ்திரிவாள்! தெரியுமோ? சூத்திரன் தான்,
தமிழினிலே அழகாகப் பேசுகிறான் ஓய்;
நாஸ்திகம்தான் பேசுகிறான்; என்றாலும் ஓய்,
நன்னாவே பேசுகிறான்; என்னங் காணும்!
ஆஸ்திகத்தை அவன்தாக்கும் முறையைப் பார்த்தால்
ஆபத்துத் தான்காணும் எதிர்கா லத்தில்!
வாஸ்தவத்தில் அவன்நல்ல மூளைக் காரன்!
மகதேவன் அவதாரம்!'' என்பார் ஐயர்!

நம்அண்ணா; தளபதியார்! நலிந்து போன
நாட்டிற்கு வலுவூட்ட வந்த வீரன்!

தம்ஒருவர் பலத்தாலே தமிழர் சாதித்
தாய்நாட்டை வளமாக்க வல்லோன்! இன்னும்,
''இம்மாநி லத்திற்கு எழுச்சி யூட்டி
ஈடற்ற வல்லாட்சி ஆக்க வல்லோன்!
எம்மேதை; உடன்பிறக்க வில்லை யேனும்
எம்அண்ணா'' என்பர் நற்றிரு விடத்தார்!

இப்படியே பலபேரும் புகழ்ந்து ஏத்த
ஈக்கள்விழும் பலாக்கனியாய் வளர்ந்த அண்ணல்
''முப்புரியார் ஆச்சாரி யாரின் ஆட்சி,
முடிவுபெறும், இந்தியினைத் திணித்தால்'' என்று
சொற்பலத்தை வாளாக்கிப் போர்க்க ளத்தில்
தொகைதொகையாய்ப் பலபேரைப் பின்ன ழைத்து,
முற்படியில் தான்நின்றார்! அந்தக் காட்சி!
முன்கால வரலாறு காணாக் காட்சி!

வீரர்பலர் சரிதத்தில் உண்டு; ஆனால்
விவேகமுடன் விதரணையும் சேர்ந்து வாய்த்த
தீரர்இவர் போலஒரு செம்மல் இந்தத்
திருநாட்டில் உலகத்தின் மறுபா கத்தில்
யாருமில்லை! உண்டென்று சொல்வார் உண்டேல்
அறைகூவி அழைக்கின்றேன் எடுத்துச் சொல்வீர்!
சேரவரும் பாசத்தாற் சொன்னே னில்லை!
சிந்தித்துச் சிந்தித்து முடிவே சொன்னேன்!

இந்தி எதிர்ப்பு

'இந்திஎதிர்ப்' பென்கின்ற போர்க் களத்தில்
இமைக்காது பணிசெய்தார் அறிஞர் அண்ணா!
தந்தைபெரி யாரோடும், தாய்மா ரோடும்
சமர்க்களத்தில் நேராக ஈடு பட்டார்!
''சந்தியிலே ஆடுகின்றாள் இந்தி நங்கை,
சதிகாரப் பார்ப்பனர்கள் தாளத் தோடு!
எந்தையரே தாய்க்குலமே விரட்ட வாரீர்!''
என்றழைத்துப் பலரோடும் சிறைபு குந்தார்!

''ஆள்வதெனில் நாம்ஆள்வோம்; இல்லை யென்றால்
ஆங்கிலரே ஆள்வர்!'' எனும் மமதை பேசி
தேள்க்குலத்தின் மூத்தபிதா, திமிரே வாழ்வாய்த்
திராவிடரை இகழ்கின்றார்! அந்நே ரத்தில்
'மாள்வதற்கும் அஞ்சுகிலோம்' எனப்பண் பாடி
வளநாட்டார் சிறைக்கோட்டம் புக்கார்! ஆட்சி
வீழ்வதற்குத் தொடங்கிவிட்ட நிலைய றிந்தும்
வீறாப்பை விடவில்லை ஆட்சி யாளர்!

சட்டசபைக் கேள்வியிலே பன்னீர் செல்வம்
சரமாரி யாய்க்கேள்வி கேட்கின் றார்!தன்
'கெட்டசெவி தனைத்திருப்பிக் கேட்டேன்' என்று
கிறுக்குமொழி கூறினார் முதல மைச்சர்!
''கெட்டசெவி என்பக்கம் திருப்பு தீரோ!
கீழ்மனத்துப் பெரியவரே! உமது வாழ்வும்

கெட்டுவிடும் காலம்வரும்'' என்று சீறிக்
கிளம்பினர்காண் அடலேறு பன்னீர் செல்வம்!

''இந்தியினை எதிர்ப்பவர் யார்? ஈ.வே.ராவும்
இன்னுமொரு பாரதியும்! இரண்டே பேர்தான்!''
என்றுசொல்லும் ஆச்சாரி யாரைப் பார்த்து
எழுந்திருந்து, சிம்மம்போல் எதிரே நின்று
''நன்றுசொனீர்! பெரியவரே அதிலே கூட
நல்ல 'மெஜாரிட்டி'யினை நான்காண் கின்றேன்.
இன்றதனை எதிர்ப்பவர்கள் இருவர் என்றால்
இந்திகொண்டு வந்தவர்நீர் ஒருவ ரேதான்!''

என்றனர்நம் தனிப்பெருமைக் குரிய அண்ணல்
இறப்புலகிற் கலந்துவிட்ட பன்னீர் செல்வம்!
தின்றுவிடு வார்போல அமைச்சர் பார்த்தார்;
திருகிவிட்ட மீசையினை அங்கே கண்டார்!
கொன்றழிக்கும் வேங்கையிடம் வெள்ளாடொன்று
குறுநகைத்தாற் போலநரிக் குணத்தார் - அந்த
மன்றினிலே நகைக்கின்றார்; அதனைப் பார்த்து
மனதுக்குள் நகைக்கின்றார் பன்னீர் செல்வம்!

பெரியாரைப் பெல்லாரிச் சிறைக்க னுப்பிப்
பெண்மக்கள் பலபேரைக் கொடுமை செய்து
அறியாத சிசுக்களையும் உடன னுப்பி
ஆர்ப்பாட்டம் செய்த ஆச்சாரி யாரைச்
சருகாகச் சூறையிலே பறக்க வைத்துச்
சட்டசபைக் குள்ளிருந்து போர் முழக்கி
உருமாற உழைத்திட்ட பன்னீர் செல்வம்
உண்மையில் நம்வணக்கத்திற் குரிய ராவார்!

''தமிழினத்தின் கொடும்பகைவன், சதியின் பிள்ளை
சண்டாளன் பழிகாரன் தென்னர் காறி

உமிழுவதைக் காணாது உரமே மிக்கு
ஓட்டிவந்தான் இந்தியினை(த்) தன்னி னத்தை
அமிழ்த்தினியாய் ஆக்கிவிட!'' என்றிவ் வாறு
அறிவுடையோர் எல்லாரும் உரைத்தா ரேனும்,
கவிழ்காலம் போந்ததனாற் கொடியோர் மட்டும்
கண்சிவந்து இகழ்கின்றார் எதிர்ப்போர் தம்மை!

தமிழ்த்தந்தை மறைமலையார், மொழியில் வல்ல
தமிழ்வேந்தன் பாரதியார், கரந்தை பெற்ற
தமிழாளன் உமா(ம)கேசு வரனா ரோடும்,
தமிழ்நெஞ்சன் கி.ஆ.பெ. விசுவ நாதம்,
புகழ்வாய்ந்த அழகிரியார், கூர்மா ரெட்டி,
புதுமைதரும் ஈழத்து அடிகள் தாமும்,
அமிழ்தான சிறுவார்த்தை வரிசை கட்டி
அளிக்கின்ற திரு.வி.க. அண்ணல், மற்றும்

பலலட்சம் தமிழர்களும் எதிர்த்தா ரேனும்
பண்பற்ற இனத்தோன்றல் கேட்டா ரில்லை!
மலைப்பாம்பு நகருக்குள் புகுந்தாற் போல
மதயானை மனிதஉருக் கொண்டாற் போல
குலத்தாரை வாழையொடு கீழே சாய்க்கும்
கொடுஞ்செய்கை புரிகின்றார்; ''பார்ப்பேன் ஓர்கை
நிலைப்பாரோ திராவிடரைக் காக்க வந்தோர்
நெஞ்சொடியச் செய்கின்றேன்!'' என்கின் றாரே!

இந்தியினை ஒழிப்பதற்கோர் மாநா டிங்கே!
எழிற்சென்னை கோடம்பாக் கத்திற் கூடி
வந்திருந்த மக்களெல்லாம் உணர்ச்சி பொங்க
வாள்தாங்கும் அளவிற்கு வலிமை தந்து
செந்தமிழிற் பேசுகின்றார் தலைவர்! அன்பே
சிவமென்று கருதுமறை மலையார்-அன்று

கொந்தளிப்பைத் துவக்குகிற செய்தி யொன்று
கூடியிருந் தோர்காதில் இடியாய் மோதும்!

"அடலேறு! தமிழ்க்காளை! பொன்னுச் சாமி
ஆச்சாரி யார்வீட்டின் முன்னி ருந்து
உபவாசம் கைக்கொண்டு உடல்சு ருங்கி
உள்ளத்து உரம்மட்டும் குன்றாய் நின்றோன்
கடைகெட்டார் உத்தரவால் கைதி யானான்,
கடுங்காவல் நாற்பத்தி ரண்டு நாட்கள்!"
விடம்போலும் இச்செய்தி அவையில் மோத
வீரரெலாம் அணியாக நடக்க லானார்!

மாநாட்டுத் தோழரெல்லாம் ஊர்வ லத்தில்
மார்தட்டிச் செல்கின்றார்! "இந்தி வீழ்க!
தேனான தமிழ்வாழ்க!" என்று கோஷம்
செய்கின்றார்! சிறைசெல்லத் தாவு கின்றார்!
"வீணான செய்கையினால் 'பட்டர்' வாழ்வு
வீழு"மெனப் பேசுகின்றார் நகர மக்கள்;
வானோடும் ஒலிமுட்ட அமைச்சர் வீட்டு
வாசலிலே நிற்கின்றார் வீர மக்கள்!

நாயகமும் காஞ்சிமணி மொழியார் தாமும்
நாவல்ல சண்முகா நந்த சாமி
ஆயஇவர் மூவருமப் போர் முழக்கம்
ஆச்சாரி யார்வீட்டு முன்செய் கின்றார்!
"பாயவரும் புலியோநீர்! நரிக்கு லத்தீர்!
பண்பான திராவிடரைப் பாரும்! உம்மால்
மாயவரும் என்றாலும் மனங்க லங்கோம்!
வடநாட்டு லம்பாடி மொழியை ஏலோம்!"

எனமுழங்கி உணர்ச்சியுடன் முடித்த போது
இரவுமணி பன்னிரண்டு! உடனே அந்த

இனமுழக்கம் செய்திட்ட வீர ரெல்லாம்
இருட்டறைக்குள் ஆட்சியினால் தள்ளப் பட்டார்!
"வனமிருகம் ஆளுதடா மாநி லத்தை!
வன்நெஞ்சம் ஆளுதடா தமிழர் நாட்டை
இனவெறியே ஆளுதடா தென்தே சத்தை"
என்றெல்லாம் வெளிநாட்டார் பேச லுற்றார்!

முதற்பலிதான் பல்லடத்துப் பொன்னுச் சாமி!
மூண்டுவிட்ட பெரும்போரில் அணிவ குத்து
நதிப்பெருக்காய்ப் பின்சென்ற நல்லோர் பேரை
நவில்வதெனில் இவ்வேடு போதா தம்மா!
பதைபதைத்துத் துறவிகளும் புலவர் தாமும்
படிப்புமிகு பெரியோரும் சிறைபு குந்தார்!
வதைமிகுந்த தாய்நாட்டின் மொழி வளர்க்க
மனந்துளியும் கலங்காது சிறையி ருந்தார்!

சட்டசபைக் குள்ளேயும் வெளியி லேயும்
சதிகார ஆச்சாரி யாரின் பேச்சு
கட்டவிழ்த்து அடக்குமுறை செய்வார் என்னும்
கருத்தினையே காட்டிற்று! அந்நே ரத்தில்
சட்டமெனும் இருட்டறையின் துணையால், நந்தம்
தந்தை பெரியார் தமையும் நீதிமன்றில்
துட்டமன ஆச்சாரி யார்நி றுத்தித்
"தொலைத்துவிடும் நன்னா"ளை எதிர்பார்க் கின்றார்!

மன்றத்தில் வெண்தாடி அசைய நின்று
மகத்தான சமுதாயத் தலைவன் சொன்ன
நன்றாய மொழியாவும் சொல்வேன்; அந்த
நடுங்காத வீரமொழி கேளீர், கேளீர்!
"இன்றிங்கே வீற்றிருக்கும் நீதி மானே!
எதிர்வழக்கு நான் ஆட விரும்ப வில்லை!

அன்றாடம் அமைச்சர்களின் ஆணை தாங்கி,
அழகான நீதிதரும் அறமன் றத்தில்,

நீதியினை எதிர்பார்த்தால் பித்த மாகும்!
நெறிமுறைகள் உங்களுக்கு மறந்த ஒன்று!
சாதியிலும் பார்ப்பனர் நீர்! நிர்வாகத்தின்
சக்கரத்தில் நீர்ஒருவர்! ஆள்வோர் சொல்லே
வேதமெனக் கொள்வதுதான் உங்கள் போக்கு!
வீணாக நேரத்தைக் கழித்தல் வேண்டா!
தீதறியாத் தமிழர்க்கு வாழ்வ ளிக்க-
திடமான லட்சியத்திற்(கு) உரம ளிக்க-

நல்லவிலை கொடுத்துத்தான் ஆக வேண்டும்!
நடக்கட்டும்; தீர்ப்பினைநீர் சொல்வீர்!'' என்று
எல்லவரும் இமைப்பின்றிப் பார்த்தி ருக்க
ஈரோடு விடிவெள்ளி உரைபொ றிக்கும்!
''தொல்லைமிகுஞ் சிறைக்கோட்டத் துள்ளே நீவிர்
துயர்காண்க பதினெட்டுத் திங்கள்,'' என்ற
வெள்ளையர்கள் சட்டத்தின் தீர்ப்பை ஏற்று
வெண்தாடி நல்லார்வெஞ் சிறைபு குந்தார்!

கலங்காத செல்வம்உளங் கலங்கி விட்டார்
களத்தலைவன் சம்பந்தம் கண்ணீர் பெய்தார்!
''நலங்காணச் செல்கின்றேன்! கவலல் வேண்டா!
நடத்துகநற் போர்தனையே தொடர்ந்து'' என்று
களங்காணத் தயங்காத தலைவர் சொன்னார்;
காளையெலாம் இடியோசை எழுப்ப லானார்!
அலையாகத் தென்னாட்டார் பின்தொ டர்ந்தார்;
அடுத்துவரும் கொலைச்சேதி சொல்வே னம்மா!

தாலமுத்து-நடராசன்

1939 ஜனவரி, 15

வெய்யசிறைக் கோட்டத்திற் கலயந் தாங்கி
வேகாத கூழுண்டும் கீரை உண்டும்
துய்யமனம் குழம்பாது சிறை யிருந்த
தூயவரில் இருவீரர் 'பட்டர்' ஆட்சி
எய்தகணை மார்பூடு நுழைந்த போதும்
எள்ளளவும் கலங்காத இருவர்; கைகள்
கொய்தமலர் இதழ் கொட்டி மண்ணா னாற்போல்
'கொலை'யானார்! கொடுஞ்சிறையில் உயிரை நீத்தார்.

'அரிஜன்' எனக் காந்தியாரால் அழைக்கப்பெற்ற
ஆதித் திராவிட சமூகத் துள்ளே
ஒருவனவன்- நடராசன்; உணர்ச்சி மிக்க
உழைப்பாளி; நல்லார்க்கு நல்ல காளை!
பெருகிவரும் வெள்ளத்தில் துளியாய்ச் சேர்ந்து
பேயாளர் கொடுமையினாற் சிறையில் மாண்டான்!
உருகிமனம் மெழுகாக- அவனின் பின்னே
உத்தமனாம் தாலமுத்து உயிரை நீத்தான்!

தீதறியாத் தாயகமே! தென்னன் நாடே!
திருவிளக்கின் முடியிருக்கும் ஒளியே! சொத்தை
வேதமிலாப் பழநாடே! குறளைத் தன்கை
வேலாகக் கொண்டிருந்த மூவர் வீடே!

பாதகமே அறியாத நீதி தாங்கிப்
பண்பாக வாழ்ந்தோம்; ஆனால் இன்று
வேதியரால் இருவீரர் சிறையில் மாண்ட
வேதனையை வரலாற்றில் சேர்க்கின் றோமே!

தாய்கதறத் தந்தைஅழ மனையாள் கண்ணீர்
தாரையென உகுத்துவிடச் சிறிய செல்வச்
சேய்களெலாம் மனங்குமுறி 'அப்பா' என்று
தேம்பிவரும் காட்சியினைக் காண்போ ரெல்லாம்
பாய்வதெனில் முடியாதோ? வாளெ டுத்தாற்
பலதலைகள் உருளாதோ? பார்ப்ப னீயம்
சாய்வதிலா நெடுங்குன்றோ? இந்தித் தாசி
தானைபல கொண்டவளோ? ஆன போதும்,

தாலமுத்து-நடராசன் சாவுக் குப்பின்
சதிகாரர் ஆச்சாரி யாரின் மீது
வேலெடுத்துப் பொதுமக்கள் பாய வில்லை;
வெண்தாடி நல்லாரின், பொறுமை யாலே!
''கோலெடுத்தாற் குரங்காடும்! பட்டர் தம்மைக்
குரங்காக ஆட்டிவைக்க முடியும் நம்மால்!
வாலறுப்போம், ஆனாலும் 'இம்சை' வேண்டாம்
வருங்காலம் நமதென்று'' இருந்தார் வீரர்!
பார்ப்பனரின் கால்தாங்கி உடல் வளர்ப்போர்;
பணக்காட்டில் திமிர்கொண்டு நடை நடப்போர்;
தோற்பைகள்-தொப்பைமலை நெடுங்குன் றங்கள்
சூதரெலாம் வாழ்ந்திருக்க இந்த நாட்டு,
வேற்படையில் இருவீரர் மாண்டார்; ஐயோ!
வேதனையின் கடலானார் நாட்டு மக்கள்!
ஆர்ப்பரித்துப் பொதுமக்கள் கிளம்பி டாமல்
'அகிம்சை' மனம் பெரியார்தான் தடுத்து நின்றார்!

சிறையினிலே நடராசன் நோய்வாய்ப் பட்டுத்
திணறுகிறான்; அந்நேரம் அதிகா ரத்தின்
வரையறியார் அவனிடம்போய், "ஐயா! இன்று
மன்னிப்பு கேட்பதெனில் விடுத லைக்கு
வழிசெய்வோம்!" எனச்சொன்னார்! குதித்தெ ழுந்து
"மன்னிப்பா? மடையர்களே! தமிழர் சாதி
பிழைசெய்து உயிர்வாழும் தகைய தல்ல!
பேசாதீர் நாவறுப்பேன்!" என்றான்; மாண்டான்.

1939 மார்ச், 12

தாலமுத்து நடராசன் கல்ல றைக்குத்
தமிழ்க் கூட்டம் தோள்மீது செங்கல் தூக்கி
கோலவிழி நீர்சிந்திச் செல்லுங் காட்சி
கொலைகாரர் நெஞ்சினிலும் இரக்கம் சேர்க்கும்;
ஓலமிடும் பெற்றோர்கள் பின்னே செல்ல,
உயர்நாட்டுக் காளையர்கள் முன்னம் போக
யாவரும்வந் திடுகாட்டுள் நின்ற போது
அறிவாளர் நம் அண்ணா இதுஉரைப்பார்:-

(தாலமுத்து புதைக்கப்பட்ட அன்று, இடுகாட்டில் கூடிய பெருங்கூட்டத்தில் அறிஞர் அண்ணா பேசியதன் சுருக்கம்.)

"முன்பு தோழர் நடராசன் அடக்கமான காலத்து மீண்டும் இத்தகைய நிகழ்ச்சி தமிழர்கட்கு ஏற்படாதென நினைத்தேன். ஆனால், நாடார் திலகம் தோழர் தாலமுத்து இறந்தது காண மனம் கலங்குகிறது. வழி நெடுக ஆயிரமாயிரம் தமிழர்கள் கண்ணீர் விட்டுக் கதறி அழுதனர். என்னைப் பொறுத்தவரை, தோழர்கள் நடராசன், தாலமுத்து மரணத்தை, என்னுடைய அண்ணன் தம்பி மரணம் என்றே கருதுகிறேன். முன்பு சாக்கோட்டை சுயமரியாதை மாநாட்டில் பேசும் போது, நாடார் சகோதரர்களைத் தமிழர்

அறப்போருக்கு வருமாறு வருந்தி அழைத்தேன். ஆனால் அக்காலத்திலும், 'நீங்கள் அனுப்ப வேண்டும்; ஆனால் அவர்களைத் திருப்பிக் கொடுப்பதாக உறுதி கூறமுடியா'தெனத் தெரிவித்துத்தான் அழைத்தேன். அதே போல அங்கிருந்து நாடார் தோழர்கள் வந்தனர்.அந்த வீரமரபைச் சேர்ந்த தாலமுத்தும் வந்தார். இறந்தார். முன்பு இறந்த நடாரசன் மணமாகாதவர்; ஆனால் தாலமுத்து மணமானவர். குடும்பத்தை ஒழுங்காக நடத்த இருந்த சமயத்தில், தாலமுத்து இறந்துவிட்டார்.

நடராசனை-தாலமுத்தை நாம் இழந்தோம்; கண்ணீர் விட்டோம்; கலங்கினோம்; நெஞ்சு துடித்தோம்; நிலை தடுமாறினோம்; எதைச் செய்வது? எங்கு போவது? என்பதறியாது ஏங்கித் தவித்தோம். ஆனால் இதே சமயத்தில் ஆச்சாரியார் மார்தட்டி, கறுப்புக் கண்ணாடியைத் துடைத்த வண்ணம் கலகலவெனப் பேசுவார். ஏன் பேசமாட்டார்? தமிழன் ஆச்சாரியார் காலின் கீழ் இருக்கிறான். அவர் நினைத்தால் பல தாலமுத்துகளும் நடராசன்களும் மயானம் வரமுடியும். ஏன் ஆச்சாரியார் நினைத்தால்; நீங்களும் நானும் இங்கு (மயானம்) வர வேண்டியதுதான். இது மிகவும் வெட்ககரமான நிலை! ஆனால் இந்த நிலையில்தான் நாம் இருக்கிறோம்.

இவர்கள் மாண்டவர்கள், நாம் கண்ணீர் விட்டோம். இனி இந்தி படிக்கும் மாணவர்கள் இவ்விருவர் உடலைத் தாண்டிக் கொண்டுதான் படிக்கச் செல்ல வேண்டும்.

இரண்டு மணிகளை இழந்தோம். தமிழர் ஆட்சி ஏற்படும்போது, இவ்விரு வீரர்களின் தியாகத்தை அடிப்படையாகக் கொண்டே அது எழுப்பப்படும். வருங்காலத்தில், விடுதலை பெற்ற தமிழகத்தில் தலைவர்

பெரியாரை நடுவில் வைத்து, இறந்த இரு மணிகளையும் பக்கத்தில் வைத்து, உருவச்சிலை எழுப்ப வேண்டும் ஏன்? பெரியார் சற்றுத் தளர்ச்சியடைந்த காலத்திலெல்லாம் இந்த இரண்டு சமூகங்கள்தான் அதாவது நாடார், ஆதித் திராவிடர் சமூகங்கள்தான் அவருக்கு உதவி செய்து வருகின்றன. அடுத்த வாரம் குடந்தை செல்லப் போகிறேன். எனது நாடார் தோழர்கட்கு அப்போது நான் என்ன பதில் கூறுவது என்றே தெரியவில்லை.''

நடராசன் தன்னைப் பற்றிச் சட்ட மன்றத்தில்
நம்கத்தே ரங்கைய நாயு டென்பர்
விடநெஞ்சன் ஆச்சாரி யாரைப் பார்த்து
வினவுகின்றார்:''நடராசன் மறைவு இந்த
திடநாட்டிற் கொதிப்பூட்டி விட்ட தையா!
செப்பிடுவீர்; எவ்வாறு சிறையில் மாண்டான்?''
கடைவாயில் புன்னகையை ஒழுக விட்டுக்
களிப்போடு ஆச்சாரியார் எழுந்து,

''படியாத பறையனவன்; அதனால் மாண்டான்!
படித்திருந்தால் மாண்டிருக்க மாட்டான்!'' என்று
குடிகாரன் நிலையோடு பதில்சொல் கின்றார்!
கொதிக்கின்றார் தமிழ்ச்சாதி உறுப்பி னர்கள்!
இடிபோலச் சிரிக்கின்றார் பார்ப்பார்; உள்ளில்
எண்ணி எண்ணி நகைக்கின்றார் தனைமறந்து!
மடநாடே! பொறுக்காமல் சொல்லு கின்றேன்!
வாழ்கின்றார்! அவர் இன்னும் வாழுகின்றார்!

சாவிங்கே! சிரிப்பங்கே! தடித்த தோலர்
சதைதன்னைத் துண்டாக அறுத்துப் போட்டுச்
'சாவுக்குச் சாவெ'ன்று சாற்றா ராகத்
தமிழ்ச்சாதிப் பெரியோர்கள் அமைதி கொண்டார்!

காவெங்கே எனக்கேட்கும் இளைஞர் கைக்குக்
கட்டுப்பா டென்கின்ற வேலி யிட்டார்!
நோவில்லாச் சுகவாழ்வு வாழும் பார்ப்பார்
'நுடமாகும் தமி'ழென்று புன்ன கைத்தார்!

1939 மே, 22

''எதிர்பாரா விதமாகச் சிறையி னின்று
ஈ.வே.ரா. விடுவிக்கப் பட்டார்!'' என்னும்
பதமான நற்சேதி காதில் வீழப்
பழக்கொத்தாய்த் தமிழ்க்கூட்டம் ஓடிச் சென்று,
''பெரியாரே எம்தந்தாய்! வாழ்க!'' என்று
பெருங்காற்றின் ஒலியோடு முழங்கும்! அங்கே
சிரியாத முகம்இல்லை! தமிழ் நாடு
சிற்றோடைக் கரைமுல்லைக் காடாய்த் தோன்றும்,

அறுதிங்கள் புறம்போக ஓராண் டின்னும்
அனுபவிக்க வேண்டுமெனும் நிலையி ருந்தும்
தெருவெங்கும் தமிழ்பாடும் கூட்டம் கண்டு
திகைப்புற்றார்; பெரியாரை விடுவித் திட்டார்!
''குறுஉள்ளக் கொலைகாரன், கருங்கண் ணாடி
கூர்மூக்கில் ஆடிவரச் சட்ட மன்றில்
சிறுவார்த்தை சொன்னதெலாம் எங்கே? நாடு
சீறுமெனில் நரிக்கூட்டம் போவ தெங்கே?''

எனக்கேட்டார் தமிழ்மக்கள்! கொங்கு நாட்டு
எழில்வேந்தன் முகம்மட்டும் சோகங் கவ்வும்
'மனக்கேடு என்னேயோ?'' தமிழர் உள்ளம்
வாடிற்றுப் பெரியாரின் வாட்டம் கண்டு!
''இனக்கேடு கண்டற்றே கிளர்ந்தெ ழுந்த
ஈரோட்டுப் பெரியாரே! நேர்ந்த தென்ன?''

எனக்கேட்கும் பலபேர்க்கும் பொதுக்கூட்டத்தில் ஈரோட்டில் ஈ.வே.ரா பதில்சொல்கின்றார்:

ஈரோட்டு வரவேற்பில் பெரியார் பேச்சு:

ஈரோட்டிலிருந்துமறு நாளே, அண்ணல்
எழிற்சென்னை நகருக்கு வந்தார்! அங்கே
தேரோட்டம்போல், எங்கும் அழகு மக்கள்
சிங்கத்தை வரவேற்கக் கூடு கின்றார்!
''ஈரோட்டுப் பெரியார்எந் தந்தாய்! வாழ்க!''
எங்கெங்கும் ஒலிமட்டும் இதுவே வாழ்த்து!
பார்போற்றும் திறத்தானைப் பகைவர் கூட்டப்
பண்பாளர் சிலர்கூட வாழ்த்த லானார்!

சர்.கே.வி ரெட்டியோடும் பன்னீர் செல்வம்
தமிழ்த்தென்றல் திரு.வி.க., சிவராஜ், மற்றும்
நற்பண்பில் எந்நாளும் வளர்ந்த வீரர்
நம் செ.தெ. நாயகமும் பெரியார் தம்மை
இற்சென்று சந்தித்தார்! இவர்க ளோடும்
எம்.சி.ராஜாவும் உடன்சென் றிருந்தார்!
வெல்சிங்கப் பெருமக்கள் பலபேர் வந்து
வீரர்க்குப் 'பல்லாண்டு' கூறு கின்றார்!

ஆங்கிலத்து 'மெயில்' ஏட்டின் நிருபர்வந்து
அடலேறாம் பெரியாரைப் பேட்டி கண்டார்!
'ஏங்கியுள்ளார் தமிழ்நாட்டார்! இன்னும் இந்தி
எமைவிட்டுப் போகவில்லை! இந்நே ரத்தில்
தாங்கவொணா நலிவோடும் வெளிவந் துள்ளேன்
தமிழரிடை வெகுகாலம் இருக்க மாட்டேன்!
தீங்குமிகும் சிறைக்கூடம் மீட்டும் என்னைத்
திரும்பி வரச்சொல்லும்! நான்போவேன் மீண்டும்!''

இவ்வாறே நிருபர்க்கு ஐயா சொன்னார்!
“இன்னுமொரு பப்பத்துப் பள்ளிக் குள்ளும்
ஒவ்வாத இந்தியினை நுழைப்ப தற்கே
உன்னுகிறார் ஆள்வோரே! அஃது நேர்ந்தால்
அவ்வேளை நம்கூட்டம் பலம் பெருகி
அழித்துவிடும் இந்தியினை!” என்றும் சொன்னார்!
‘வவ்வால்கள்’ உள்ளத்தில் மருட்சி தோன்ற
வகையாகச் செய்தியினை ‘மெயில்’வி ளக்கும்.

இந்நேரம் ஓர்செய்தி சொல்ல வேண்டும்!
இழிவான காங்கிரசில் வந்திருந்த
பொன்னான குணவாளன், ஏழை உள்ளிற்
பொருந்தி வளர்நட ராசன் (என்.வி) ‘எங்கள்
கண்ணான தாய்மொழியைக் காப்பேன்’ என்று,
காங்கிரசை விட்டுவெளி யேறி வந்து
அண்ணாவின் அருமந்த தம்பி யானார்!
‘ஐயா’வும் மகிழ்வோடு வரவு சொன்னார்!

நடராசன், காங்கிரசில், அந்த நாளில்
நல்லதொரு பொறுப்பேற்றுக் கொண்டிருந்தார்!
விடமான இந்தியினை வேர றுக்கும்
மேலான எண்ணத்தால் ஈண்டு வந்தார்!
அடிமீது அடிவைத்து அவரை நந்தம்
அரங்குக்கு வரவழைத்தார் அறிஞர் அண்ணா!
திடமான நெஞ்சத்தான் என்ப தாலே
சீராளர் நம்அண்ணா அன்பு வைத்தார்!

1939, மே, 28

‘சில்’லென்று வீசிவரும் கடலின் காற்று!
திரண்டிருக்கும் ஒருலட்சம் தமிழர் கூட்டம்!
‘நில், இந்திப் பெண்ணே! இத்தமிழர் நாட்டில்

நீவாழ நாம்இல்லை! திரும்பிப்போ!' என்று
எல்லாரும் முழங்குகிறார் உணர்ச்சி யோடு!
எங்கெங்கும் தலைகளடா! மணலைக் காணோம்!
'வில்'லென்றால் 'கணை' யென்னும்வீரர் சூழ
விண்முட்ட முழங்குகிறார் பன்னீர் செல்வம்!

"கட்டாய இந்தி நுழைவதால் தமிழர்தம் மொழி, கலை, நாகரிகம் முதலியவற்றிற்கு வரும் ஆபத்தை எடுத்துக் காட்டியதைத் தவிர வேறொரு பாவமும் செய்தறியாத நம் ஒப்பற்ற தலைவர் அவர்களைக் கடந்த ஐந்து மாதங்களாகச் சிறையில் அடைத்து வைத்திருந்தது ஆச்சாரியார் ஆட்சி.

'இன்னும் பதினைந்து மாதங்கள் செல்லுமே நமது தலைவர் பெரியார் வெளிவர' என்று எண்ணிக் கலங்கியிருந்த வேளையில், திடீரென அவர் விடுதலை செய்யப்பட்டார் என்பதை உணர்ந்த நமது மகிழ்ச்சி பெரிது; மிகப் பெரிது.

பெரியார் இந்த இயக்கத்தைத் துவக்கிய காலை, முதல் அமைச்சர் கனம் இராசகோபாலாச்சாரியார், ஒரு இராமசாமி நாயக்கரும், ஒரு சோமசுந்தர பாரதியும் தானே கிளர்ச்சி செய்கிறார்கள் என்று வெகு அலட்சியமாகக் கூறினார். பின்னால் அதே கனம் ஆச்சாரியார், "புற்றிலிருந்து ஈசல் கிளம்புவது போல் ஆயிரக்கணக்கான தொண்டர்கள் வந்து கொண்டே இருக்கின்றனரே! என் செய்வேன்?" என்று சொல்லலானார்.

பெரியாரை வெளியில் விட்டால் கிளர்ச்சி ஓங்கி, தங்களுக்கு ஆபத்து வந்துவிடும் என்று அஞ்சித் தானே, ஐந்து மாதங்களுக்கு முன் நடைபெற்ற ஜஸ்டிஸ் கட்சி மாநாட்டிற்குத் தலைமை தாங்கப் பெரியாரை இச்சர்க்கார் விடுதலை செய்யவில்லை. இப்பொழுது நமது பெரியார் நம்மிடையே வந்துவிட்டார். இதற்காக நாம் சர்க்காருக்கு

கவிஞர் கண்ணதாசன் ❖ 193

நன்றி செலுத்த வேண்டுமா? மன மாற்றத்தினாலோ, அல்லது ஒரு குடியரசு நாட்டில் எதிர்க் கட்சித் தலைவருக்குக் காட்ட வேண்டிய மரியாதை இன்னதென்பதை உணர்ந்தோ, சர்க்கார் இவ்வாறு செய்திருந்தால் நாம் நன்றி செலுத்த வேண்டியதுதான். அப்படியானால், மாநாடு கூடுவதற்கு முன், சட்டசபைகளில் எதிர்க்கட்சியினர் கேட்டுக் கொண்டதன் படியாவது, அல்லது பெரியார் உடல் நோய் கண்டு சென்னை மருந்தகத்தில் இருந்த போதாவது, தமிழர் வேண்டுகோளுக்கிணங்கிப் பெரியாரை இந்த அரசியலார் விடுதலை செய்திருக்க வேண்டும். அந்தப்படியும் இந்த சர்க்கார் செய்யவில்லை; பெரியாரை விடுதலை செய்யாதது மட்டுமல்ல; அவரது நண்பர்களும் அன்பர்களும் அவரைக் கண்டு பேசுவதற்குக் கூட தடைசெய்து வந்தனர். கொடிய வெப்பம் பொருந்திய பெல்லாரிச் சிறைக்கு நம் பெரியாரைக் கொண்டு போனார்கள். இதைக் குறித்துக் கேள்வி கேட்ட போது, 'அது கைதியின் நன்மைக்கே' என்று கனம் ஆச்சாரியார் பதிலளித்தார். அவர் விடுதலை செய்யப் பட்டதன் காரணத்தைச் சர்க்கார் வெளியிடவில்லை. ஒருவேளை பெரியார் சிறையில் இறந்து விட்டால், எங்கு தங்கள் மீது பழி வந்து விடுமோ எனப் பயந்துதான் நோய் முற்றிய இந்நிலையில் பெரியாரை இப்போது விடுதலை செய்திருக்கின்றனர்... போனது போகட்டும். மெய்யாகவே சர்க்கார் நல்ல எண்ணத்துடன் அவரை விடுதலை செய்திருந்தால், இன்னும் இரண்டு காரியங்களை அவர்கள் செய்திருக்க வேண்டும். கட்டாய இந்தித் திட்டத்தையும் அடியோடு எடுத்து விட்டிருக்கவேண்டும். கட்டாய இந்தி இருக்கும் வரையிலும், சிறையில் ஓர் உயிராவது இருக்கும் வரையிலும் நமக்கு ஓய்வு என்பதே கிடையாது. எப்படியாவது, நாம் இந்தக் கட்டாய இந்தியைத் தொலைத்துத்தான் தீர வேண்டும்.

இன்று நம்மிடையே பெரியார் இருப்பதால் நாம் மகிழ்ச்சி அடைகிறோம்; பெருமகிழ்ச்சி அடைகிறோம். ஆனால் நூற்றுக்கணக்கான தொண்டர்களும் தாய்மார்களும் குழந்தைகளும் இந்தி எதிர்ப்பு இயக்கத்தில் சேர்ந்த குற்றத்திற்காகச் சிறையில் வாடி வருகையில், நாம் மகிழ்ச்சி அடைவது எப்படி?

பெரியார் அவர்கள் சொன்ன ஒன்றைத் தவிர, மற்றெல்லாவற்றையும் நிறைவேற்றித் தீரவேண்டியது தமிழர் ஒவ்வொருவருடைய நீங்காக் கடமையாகும். உடலைத் தேற்றிக் கொண்டு மீண்டும் சிறை செல்லத்தான் வெளி வந்திருக்கிறேன் என்று பெரியார் சொன்னது போல், அவர் மீண்டும் சிறை செல்ல நாம் விடக் கூடாது. அப்படி ஒருக்கால் பெரியார் சிறை செல்லும் நிலை வந்தால், தமிழர் இரண்டரைக் கோடி பேரும் அவருக்குமுன் சிறை செல்வோம் என்று அவருக்கு நாம் சொல்ல வேண்டும். பெரியார் நம்மிடையே இருந்தால்தான் நாம் முன்னேற முடியும். சிறை செல்லாது ஒரு தமிழன் இருக்கும்வரை, பெரியாரை மீண்டும் சிறை வாசம் அனுபவிக்க நாம் இடங்கொடுக்க மாட்டோம். வெளியே நாம் இருக்க அவர் உள்ளே சிறையிலா? இனி அது முடியவே முடியாது. தமிழர்கள் உண்மையில் சுதந்தரமாக வாழ வேண்டுமானால், ஆரிய ஆட்சியிலிருந்து நாம் விடுதலை அடையவேண்டும். அதற்கு நம்மைக் கொண்டு செலுத்துதற்கு பெரியார் ஏற்றவர்; பெரியாரே ஏற்றவர்.''

1939, ஜூலை 7

சென்னையினில் வேலூரில் திருச்சி தன்னில்
செழுங்கொங்குக் கோவையினில் ஆந்தி ரத்தில்

இன்னும்இவண் சிறைக்கோட் டத்துள் ளிருந்த
எழிற் காஞ்சி பரவஸ்து எஸ்.சம்பந்தம்
தென்னமுதன் பெரியகுளம் ரங்க சாமி
சீராளன் டி.ஏ.வி. நாதன் மற்றும்
அன்னையரில் சிலபேரும், இந்த நாளில்
அவதியுறும் சிறைநீங்கி வெளியில் வந்தார்.

வரவேற்பு நாடெங்கும், வீர வாழ்த்து!
வழிகாட்டும் தலையோர்க்குப் பாவில் மாலை!
அரசோச்சும் கருநாகம் இதனைப் பார்த்து
அலைபாயும், இரவெல்லாம் தூக்கம் நீங்கும்!
திருநாடாம் தென்னாடு எவர்க்குச் சொந்தம்?
தெரியாதார் அந்நேரம் தெரிந்தார்! 'அன்பு
தருநாடே! நீ வாழ்க! உனது சேய்கள்
தளராத நெஞ்சத்தார்! வீரர்!' என்றார்!

சேரஇறை திடநாட்டுச் செலவும் பாண்டித்
தீரரெலாம் செயங்கொண்ட முறையும், சோழச்
சூரர்களின் கலிங்கத்துப் போரும், இந்தத்
தூயவரின் போருக்கு நிகராம் என்பேன்!'
தாரணியும் பழக்கங்கள் மறைந்தும், நாடு
தானணிந்த மாலையெலாம் தாராய்த் தோன்றும்!
ஊறிவரும் உணர்வோடு புசித்த லின்றி
உழைத்தோரை இந்நாட்டார் மதித்தார்! வாழ்க!

1939, ஜூலை, 18

சென்னைநகர் பெரியாரின் வரவை நோக்கித்
தீராத ஆசையொடும் இருந்த காலை
இந்நாளில் அவர்அங்கு போந்தார்! எள்ளுக்(கு)
இடமில்லை எனுமாறு கூட்டம் கூடும்!

வண்ணாரப் பேட்டை முத்தி யாலுப்பேட்டை
வளர்தங்க சாலைஒற்றை வாடை மற்றும்
திண்ணார்ந்த நெஞ்சினரின் பெரம்பூர், ஏழைச்
சிந்தா தரிப்பேட்டை புரச வாக்கம்

அனைத்திருந்தும் தென்நாட்டார் போந்தார்; அன்று
ஆட்கடலே புகைவண்டி நிலையம் முற்றும்!
நினைத்திருக்க மாட்டார்கள் பகைவர்! ஆகா!
நீணிலமே நாம்என்னும் நிலைமை தோன்றும்!
தனிப்பெருமை கொண்டாயே தமிழா! அன்று
தலைவர்க்கு நீதந்த வரவேற் பாலே!
உனைப்புகழ ஒருவார்த்தை இலையே! இந்த
உலகத்து மொழியாவும் தேடிப் பார்த்தும்!

செட்டிநாட் டிளவரசர் முத்தை யாவும்
திருச்சிநகர் கி.ஆ.பெ. விசுவ நாதம்
பட்டுக்கோட்டை வீரன் அஞ்சா நெஞ்சன்
பகைவாட்டும் அழகிரியும் பெரியார் தம்மைக்
கட்டுமலர் மாலைக்குள் மூழ்க வைத்தார்!
கைதட்டிப் பொதுமக்கள் வரவு சொன்னார்!
திட்டமுடன் செயலாற்றும் அண்ணா வோடு
சென்னையிலே வலம்வந்தார் பெரியார் அன்று!

தலைவருடன் தளபதியை ஒன்றாய்க் கண்ட
தமிழ்நாட்டார் மகிழ்ச்சியினைச் சொல்லப் போமோ?
'சிலை மேனிப் பெரியார்க்கு வாய்த்த கையில்
செயலாற்றும் பெருந்தகையாம் அறிஞர் அண்ணா!
நிலையான இருகைகள் உடம்பில் உண்டு
நிகரில்லை இக்கைக்கு அவற்றில் ஏதும்!'
அலையாக வருங்கூட்டம் இதனை எண்ணி
ஆனந்தக் கண்ணீரைச் சொரியும் ஆங்கே!

மகிழ்கண்ணீர்ப் பெருக்கோடு வானும் கண்ணீர்
மணிமுத்தம் பிலிற்றிற்றாம்! உணர்வால் ஒன்றி
முகிழ்கொத்துப் பிணைபோலும் போவார் உள்ளில்
முகம்பெற்றுப் போயிற்றாம் பழநாள்; காண,
நெகிழ்நெஞ்சம் இலையேல்அந் நெஞ்சம் முற்றும்
நிலைகெட்டுப் பழிப்புற்ற நெஞ்சம் என்பேன்!
நகழ்வுற்றுத் தினம்சாரும் திருநாட் டார்புன்
நகைபெய்யத் தலைவோர்தேர் தெருவில் ஊரும்!

'இருந்தேனே; அன்றங்கே இருந்தேனா நான்!
இழந்தேனே; நல்லின்பம் இழந்தேனே நான்!
பெருந்தானை மறவோரைக் காணேனே நான்!
பிழைசெய்தேன்! இனியென்றே காண்பேன்' என்றே
வருந்தாதார் குறைவாகும், அந்நாள் நந்தம்
வரலாற்றில் பொன்னாளாம்! அலைபாய் வெள்ளம்
கடந்துள்ளே வாராமல் அணைபோட் டாற்போற்
கடலோரம் பெருங்கூட்டம்! நாடே ஆங்கு!

சிறைசென்ற தாய்மார்ஓர் புறமும், தொண்டுச்
சீரார்ஓர் புறமும், வாள் அணிகொண் டாற்போல்
முறையாக இருந்தார் நல் எழிலார் மேடை
முழுதும்நம் தலைவோர்கள் அமர்ந்தார்! தூய
அறிவாளர் அண்ணாவின் உரையும் ஈரோட்(டு)
'ஐயா'வின் உரையும்கேட் டெழுந்தார்! அள்ளித்
தருவார்கள் முன்னேறிப் பெரியார் கையில்
தருகின்றார்! தருகின்றார்! பொன்னும் பூவும்!

சென்னைவாழ் தமிழ்மக்கள் சார்பில் ஆங்கே
சேர்ந்திட்ட ரூபாய் ஆயிரத்து ஒன்றை
அண்ணாவே பெரியார்தம் கையில் ஈந்தார்
அணுவேனும் மாசில்லா அவர்தம் பண்பால்!

திண்ணாரும் தலைவோரும் சிரிப்புச் சிந்தி
செழிப்பான முகங்காட்டிப் பொருளைப் பெற்றார்!
'கண்காட்டும் ஆணைக்குப் பலலட் சம்பேர்
காத்துள்ளார்' எனலன்றி இதற்கென் அர்த்தம்?

பெரியார்க்குப் பெரும்வாய்ப்பு அவர்தம் தோற்றம்
பிறவோர்க்குப் பெறும்பேறு அவர்தம் ஞானம்
அறியார்நெஞ் சறிவூற அறிவுச் சொற்கள்
அறைவார்நல் உரைகேட்டார் அறிவார்! கீழ்மைச்
சிறியார்தாம் அறியார்! உள(த்)திடத்தார், கவ்வித்
தருவார்நம் பெரியார்அத் திருநாள் தன்னில்
பெரியார்தான்! நம்அண்ணா அறிவுச் செல்வம்
பேராளன் துணைநிற்கச் சிறுமை ஏது?

''ஆயிரத்து ஒருரூபாய் பெற்றேன் இன்று
ஆயிரத்து ஒருபேரைச் சிறையில் கண்டு!
பாயவரும் மறுபோரில் மேலும் செல்லப்
பத்தாயி ரம்பேர்கள் வருவார்! அன்று
ஆயிரத்தைப் பத்தாக்கி ஒன்று சேர்த்து
அளிப்பீர்கள் ஒருபத்தா யிரத்து ஒன்று!
பாயிரத்துப் போர்ஈது! மகிழ்ச்சி இங்கு
படமெடுக்கும் கருநாக இந்தி தன்னை

அடுத்தாண்டுக் குள்ஆட்சி எடுக்கா விட்டால்
ஆணைக்கு நடைபோடக் காத்தி ருங்கள்!
அடுத்தாலும் கொன்றாலும் கவலோம்! இந்தி
அரசாளும் வரைவாழ்வு நாட்டிற் கில்லை!
கெடுத்தாரே தாய்நாட்டை - அவர்கள் வாடக்
கெடவேண்டும் இந்தித்தீ! பட்டம் கோடி
கெடுத்தாலும் தொடுவோமா! மாட்டோம்'' என்று
குரல்கொடுக்கும் பெரியாரைப் புவிவ ணங்கும்!

1939, அக்டோபர், 27

நிலைக்காத அதிகாரம் கையில் கொண்ட
நீள்நாக்கும் புறம்போக்கும் துணையாகக் கொண்டு
'கொலைகாரன்' ஆச்சாரி யாரை இன்று
குடஞ்சாய்த்து அறமன்றம் வெளியேற் றிற்று!
''விலைதந்து பெற்றீரோ ஐயா! மெத்த
வெறுப்போடு போட்டீரோ! போதும் போவீர்!
அலைவீரே இனிமேல்உம் இனத்தார் போல
அதுவன்றிப் பழங்காதை புதுக்கு வீரே!

எனப்பல்லோர் இகழ்பேசத் தலைகு னிந்து
இற்சென்றார் ஆச்சாரி யார்! என் றாலும்
இனப்பண்பைக் கெடச்செய்யும் இந்திக் கோலம்
இந்நாட்டின் வாசல்விட் டேகக் காணோம்!
'மனமாற்றம் இனித்தோன்றும், கவர்னர் ஆட்சி
வழிசெய்யும்' எனத்தூது வந்த தாலே
சினங்காத்து மொழிப்போரைச் சிலநாள் மட்டும்
'சிறகு'க்குள் நிறுத்திவிட்டார் பெரியார்! பின்னர்

சேரர்க்கும் சோழர்க்கும் பாண்டி யர்க்கும்
திடம்கூறும் அளவுக்கு உரம்மி குந்த
சீராளன் பன்னீர் செல்வம் அறிக்கைச்
செய்தியிலே கீழ்க்கண்ட திறம்உ ரைத்தார்;
''ஆறட்டும் அமரட்டும் மொழிப்போர் என்று
அறிவித்தோம்; எனில்அஃது பயத்தால் அல்ல!
மாறட்டும் மனம்! வந்த் ஆட்சி யாளர்
மதிக்கட்டும் மொழிப்போரை என்ப தாற்றான்!

பெரும்போராம் இரண்டாம்போர் ஆங்கி லர்க்குப்
பெருந்தொல்லை தருகின்ற இந்நே ரத்தில்

மறுபோராய் எம்போரும் நடந்தால் அன்னார்
வழிகாண முடியாமல் திகைப்பார்; ஆக
மரியாதை யாய்இந்தி போக வேண்டும்!
மதியாரேல் மறுபோர்க்குத் தயங்க மாட்டோம்!
சிறையூடு உயிர்வேகும் எம்ம னோரைச்
சிறைமீட்டுத் தரல்ஆளு வோர்பொ றுப்பு!''

எனச்சொல்லி நான்கேநாள்! சிறையி ருந்த
எல்லாரும் வெளிவந்தார்! நன்றி கூறிக்
குணக்குன்று செல்வம், குமார ராசா
கொல்வேங்கைப் பெரியார்- இம் மூவர்தந்த
இனிப்பான செய்தியிலும் முடிவில் நின்ற
எச்சரிக்கை இதுவாகும்; ''இந்தித் தாசி
இனியேனும் போவாளா? போகா ளாகில்
இலைசாந்தி! மறுபோர்தான் கவர்னர் காண்க!''

இச்செய்தி வெளிவந்த பன்னிரண் டாம்நாள்
'இனிப்புதிய பள்ளிகளில் இந்தி இல்லை
நற்செய்தி தருகின்றோம்!' எனவோர் செய்தி
நாடாளும் ஆட்சியினர் அறிவிக் கின்றார்!
'நம்சேய்கள் இனிவாழும் அடடா! நாடு
நலங்காணும்!' இவ்வாறு தமிழ்நா டெங்கும்
இற்சென்று இச்செய்தி மகிழ்வூட் டிற்று!
இனிஎன்ன? 'இருக்கின்ற பள்ளி நீங்கி

வெளியேற்றும் வழிகளையும் காண்பீர்!' என்று
விடுக்கின்றார் நம்செல்வம் மீண்ட றிக்கை!
'களிப்பூட்டும் அக்காலம் வரும்வ ரைக்கும்
கட்டாய இந்திவெளி யேறு மட்டும்
விழிப்போடு செயலாற்ற வருவீர்'' என்று
வேல்கோத்த சொற்கூட்டி மொழியு ரைப்பார்!

'குழிதோண்டி இருக்கின்றோம் இந்தி எங்கே?
கொடுப்பீரே!' எனமக்கள் கேட்கின் றாரே!

1939, டிசம்பர், 3

'விரிவாக்கும் சட்டந்தான் போயிற் றன்றி
விளைத்திட்ட களைநீக்க முயன்றா ரில்லை;
உருவாக்கும் புதுத்திட்டம் சிறிது கூட
உவகைக்குத் துணைபோக வில்லை; ஆக
திறங்காக்கும் தமிழாநீ போர்க்க ளத்தில்
திரும்பச்சென் றடித்தற்குத் தயங்காதே' என்று
அறங்காக்கும் தலைவோர் சொன் மாரிதேக்கி
அனைவோரும் 'எதிர்நாள்' கொண்டாடு கின்றார்!

1939, டிசம்பர், 10

'தமிழ்நாடு தமிழர்க்கே' நாள்கொண் டாடித்
தனிநாட்டு நியாயாசை வெளிப்ப டுத்தி
அமிழ்தாகும் தென்னவர்நா டானந் தத்தில்
ஆடிற்றாம்; பாடிற்றாம்; வடவோர் உள்ளம்
'தமிழாளர் துயிலார்! நம் சுரண்டல் வாழ்வு
தரைமட்டம் ஆகும்!' என் றஞ்சிச் சாக,
கமழ்வாசம் தமிழ்வாசம் ஒன்றே யாகக்
கவின்நாடு முழுதும்இந் நாள்கொண் டாடும்!

1939, டிசம்பர், 18

இறப்பாரும் பிறப்பாரும் நித்த நித்தம்
எண்ணற்றார்! என்றாலும், அவர்க ளுள்ளே
இறப்பாரும் பிறப்பார்கள் சிலரே! நித்தம்
இருப்பாரும் சிறப்பாரும் குறைவே! வீரச்
சிறப்பால்நின் றிருப்பார்கள் சிலரே! அந்தச்
சிலபேரில் முதல்வர்நம் பெரியார்! அன்னார்

பிறப்பெண்ணித் திருநாடு 'பிறந்த நா'ளைப்
பிழையற்ற மகிழ்வோடும் கொண்டா டிற்றாம்.

1939, டிசம்பர், 31

வரலாற் றழகு மறையா அழகாம்
வடிவங் காட்டும் திருநகர்க் காஞ்சி
பல்லவர் ஆட்சிப் பாங்கு முழங்கும்
சித்திர சிற்பச் சீர்த்திகள் மிக்க
தொன்னகர், அறிஞர் தோயும் பொன்னூர்
தன்னிற் குழுமிய தகையோர் கூட்டம்
பன்னீர் செல்வப் பண்பினர் தலைமையில்
'இந்தி ஒழிப்பு! இல்லையேற் சாவு!'
என்ன முழங்கும்! எல்லவர் உள்ளும்
அன்னதே முடிவாய் ஆரவா ரிக்கும்!
ஆங்கே,
மாறுகொள் நெஞ்சோ எதிர்படு மதியோ
வேறுப டுணர்வோ விதிர்ப்புறும் பயமோ
ஆறுதல் சினமெனும் ஆமையு ணர்ச்சியோ
சீறிற் சிறையிடைச் சிதைவுறு வோமெனும்
நரம்புத் தளர்வோ நடுக்கமோ குலைவோ
நெல்மூக் களவும் நில்லா தாகக்
கொல்வாள் தூக்கிக் கோட்டையுட் பாயும்
குணமே மீதுற ஒருகுடி மக்கள்
கட்டித் தழுவலும் களக்கதை பேசலும்
கண்டோர் நெஞ்சம் களிப்புறத் தோற்றும்!
புவிக்கோர் அறிஞன் பூந்தமிழ்ச் செல்வன்
கவிக்கா டென்னக் கற்றுள வித்தகன்
நாவலன் பாவலன் நல்லிசைப் புலவன்
உருவில் உரத்தில் ஆண்மக னேனும்

உள்ளப் பாங்கிற் பெண்மையின் நளினக்
கலைகளும் தேர்ந்த காஞ்சிப் பெருமகன்
அண்ணாத் துரைப்பெயர்த் திண்ணார் தளபதி
அண்ணலும்,
இராவணப் பெரியார்க் கிலக்கணங் கூறும்
தரா தலத்துறு சகலரும் புகழும்
வடிவினன்- மனத்தினன்-குணத்தினன்-நடத்தையன்
பன்னீர் செல்வப் பனிமொழி யானும்
வதிந்தனர்; மற்றும் வந்தநன் வீரர்
திருப்பெயர் முற்றும் செப்புவன் கேளீர்!
செந்தில் குமாரர், சேலம் சித்தையன்,
நாயகம், ரோசு, குகைசெக தீசன்,
நன்மலர் முகத்தார் ஒற்றியூர் சண்முகம்,
சௌந்தர பாண்டியன், சாமி யப்பா, (எம்)
தாமோதரர்; உடன் சாமி சண்முகம்
ஆய இவரும்,அன்னையர் பலரும்
காளையர் கூட்டமும் காஞ்சி மாநாட்டில்
எட்கிட மின்றி இருந்தது! ஆங்கே
செயப்படு முடிவுகள் ஐந்தையும் ஏற்றுச்
சிந்தை களிப்புறச் சென்றது கூட்டம்!
முடிவுகள் ஐந்தும் முறையே கூறுவன்;
''இந்திப் போர்புகு இளங்கா ளைகளின்
தொண்டிற் கெம்முளம் நன்றி கூறுதும்!''

ஒன்று:

''அன்னவர் பலரும், மறுபேர் காணில்
அழைத்திடக் கூறிய அருஞ்சொல் கேட்டு
மகிழ்கிறோம்; தமிழர் நலம்பெற வாழத்
தனையே ஈயத் தயங்கா வீரரைக்
கண்டனம்; மகிழ்வைக் கழறுகின் றோமே!''

இரண்டு:

"தலைவர் கட்டளை தலைமேற் றாங்கி
கட்டுப்பாட் டுணர்வில் களைப்போர் நிறுத்திப்
படைமுறை கூறிய தமிழரைக் காண
அடங்கா மகிழ்ச்சி அடைகிறோம், வாழ்க!"

மூன்று:

"புதுப்பள்ளிகளில் புகுந்திட வில்லை
எனினும் இந்தி எடுபட வில்லை!
தாளா மனத்துடன் புகல்கிறோம்; ஈது
சரியல என்று அறைகுதும் அவைக்கு!"

நான்கு:

"அடுத்தொரு போர்வரில் ஆவன செய்ய
அடியிற் கண்டோர் அடங்கிய குழுவை
அமைக்குதும்; திட்டம் அஃது வகுக்கும்!"

ஐந்து:

1.தலைவர்: பெரியார், 2. சர்.பன்னீர்செல்வம். 3.குமார ராசா முத்தையா, 4. ஊ.பூ.ஆ.சௌந்தர பாண்டியன், 5.பேராசிரியர் பாரதியார், 6. நெடும்பலம் சாமியப்பா, 7.செ.தெ.நாயகம், 8.திருவொற்றியூர் சண்முகம், 9.எம்.தாமோதரன், 10.சி.பரசுதேவ், 11.டி.ஏ.வி. நாதன், 12.சாமி சண்முகாநந்தம், 13. சாமி அருணகிரிநாதர், 14.வி.பி.எஸ். மணியர், 15.கந்தம் ரோசம்மாள், 16. தளபதி அண்ணா (செயலாளர்)

இது முடியவில்லை தொடராது

கல்லக்குடி மகாகாவியம்

இதற்கு மகாகாவியம் எனப் பெயரிட்டதற்குக் காரணம் காவியத்தின் அளவல்ல:

காவியத்துக்கான கருவின் பெருமைதான்.

திட்டம் கூறு படலம்

நெஞ்சுநிமிர் காளையர்முன் னேற்றமனை நேயர்
அஞ்சுவதே னுஞ்சிறுசொல் அஞ்சவரு வீரர்
வெஞ்சமரெ னில்மனது வேழமெனப் பாயும்
விஞ்சையர்த மிழ்மறவர் மேவுபல மொன்றில்
ஐந்தடியி லேஇரண்டு அங்குலங்கு றைந்த
பைந்தமிழன் எங்கள்குலம் பாடிவரும் தோழன்
நைந்ததிரு நாடுவளம் நாடமனம் நாடும்
மைந்தன்கரு ணாநிதிம னம்மகிழ்ந்து சொல்வன்:

''முன்னவர் வடித்தபெயர்-மூதறிஞர் நெஞ்சில்
மின்னிடு கல்லக்குடியை மீண்டுமவண் காண
துன்னலர் இணைத்தபெயர் தூள்வடிவ மாக
என்னருமை அண்ணன்பணி இட்டனன் எனக்கே!'
இங்கிதுசொல் கேட்டுமனம் ஏறுநிலை காண
பொங்கிஉடல் மீதுணர்வு போர்வடி வம்பூண
அங்குவளர் தங்கநிகர் அன்புநிறை தோழர்,
பங்குபெற முந்துவதில் பாசறைஅ மைத்தார்.

தீர்மானப் படலம்

தென்றலரின் தோள்தழுவச் சிந்துபயில் அன்னம்
மன்றினில் மணித்தவிசு வண்ணமமை செந்நெல்
கன்றுபசு ஏருழவர் கார்நடன மாட
நன்றுவளர் இன்பபுரி லால்குடிஎ னும்ஊர்!

சித்திரமி ழைத்தநகைத் தீரர்பலர் அங்கே
முத்துமொழி பேசிமன மொத்துமகிழ் வெய்தி
கத்துகடல் சத்தநிகர் கையொலிஎ ழுப்பி
மத்தகசு ணத்தொடுதீர் மானமிது கொண்டார்!

போர் முழங்கு படலம்

ஊர்உறங்கும் வேளையிலும் உள்ளமுறங் காதான்
யார்மயங்கு போதினிலும் தான்மயங்க லில்லான்
சீர்விளங்கும் வீரர்புவிப் போர்விளங்க வந்தான்
வீரன்கரு ணாநிதிஎவ் வூரிலுமெ முந்தான்!

(வேறு)

''தாதகி வேம்பெனத் தார்புனை வீரர்கள் தனிநாடே!
வேதியர் காலடி வீழ்ந்துவ எங்கெடு விதிவீடே!
காதக வடதிசைத் தீயர்கள் சூழ்ந்திடு கடையானாய்!
சாதலு றும்மெனத் தளர்வுமி குத்துயிர் வாழ்வோமோ?

இன்றுபி றந்ததும் வாழ்வதும் உண்மைஎ னும்போதே
என்றும டிந்திடு வோமெனும் செய்திஅ றிந்தோமோ?
தின்றுது யின்று திரிந்துந ரைத்துடல் சாயாமல்
இன்றும டிந்திடச் சூளுரை கொண்டனம், ஏற்பாயே!

வந்தவர் வாழ்ந்திட சொந்தம யங்கிட வந்தோரே
இந்தநி லத்திடைத் தம்பெயர் சூட்டிம கிழ்ந்தாரே!
நொந்த மனத்தொடு நோயுட லோடுயிர் வாடுகின்றோம்
இந்தநி லைக்கினி இறந்தும றைதலை ஏற்போமே!

தோழர் களேதமிழ்த் தூயர் களேஒரு சொற்கேளீர்!
ஆழிய லைநிகர் தானைகள் கண்டர சுள்ளோரும்
வேழமி தன்பலம் மீறிந டந்திட மாட்டாமல்
சூழுகல் லக்குடித் தூயத மிழ்ப்பெயர் சூட்டாரோ!''

சிங்கமு ழங்குதல் போறகரு ணாநிதித் தென்னாடன்
அங்குமு ழங்கினன் இவ்வண மே!மொழி கேட்டோரும்
பொங்கர வென்னநி றைந்தும கிழ்ந்திது சொல்கின்றார்;
''எங்களு யிர்உடல் வீழினும் வாழிய எம்நாடே!''

போர் முதனாட் காட்சிப் படலம்

'தம்பீவா' எனும்வார்த்தை சதுராடி நிற்கும்
தமக்குள்ளே உறவென்று அச்சொல்மு ழக்கும்
கொம்பாடும் பொலிகாளைக் குணமேசி றக்கும்
கோட்டாலை தீண்டாநல் மகிழ்வேபி றக்கும்!

அன்பால்சி லர்தோள்சி லர்கைசு மக்கும்
ஆதாரம் ஒன்றில்மற் றொன்றும்ம ணக்கும்
என்போடு என்பாகிச் சதையோடு சதையாய்
எல்லாரும் ஓர்தாயின் பிறப்பென்றி ருக்கும்!

நாளோலை கண்டற்று மணமக்கள் நெஞ்சம்
நாழிக்குள் ளேபாதி யுகம்காணல் போலே
தாள்மூடித் தாள்தூக்கித் தனியான மங்கை
தடந்தோளன் வரவுக்கு நடைபோடல் போலே,

ஆளானத் திற்பட்ட மதயானை என்றும்
அடிதூக்கி அடிதூக்கி அசைந்தாடல் போலே
'நாளை'வரும் போதுவரை தாளாத நெஞ்சம்
நாளுக்கும் இரவுக்கும் பகையான தங்கே!

பொறுப்புக்கே உருவான அன்பில்நம் தோழன்
புலிக்கண்கள் சிவப்பேறக் குதித்தாடி நின்றான்!
கறுப்புக்கே மெருகேற்றும் மணிஎன்னும் நேயன்
கண்மூட விரும்பாமல் கதைபேச வந்தான்!

மறுப்புக்கும் எதிர்ப்புக்கும் வாடாத நெஞ்சன்
வருவாரை வரவேற்று மகிழ்வூட்டி நின்றான்
சிரிப்புக்கும் உறவுக்கும் வழிவைத்து விட்டு
சேர்சஞ்ச லத்தான்வி டைபெற்றுக் கொண்டான்!

அணிபிரித்த படலம்

உறங்கிவிழும் ஊராரை உசுப்பிவிட நாள்தோறும்
இறங்கியுள மாளிகைவிட் டேறிவரும் செங்கதிரோன்
மறந்துவிட்டான் கண்மலர வாருங்கள் அன்னவன்கண்
திறந்துவிடு வோமென்றோ சீராளர் முந்துகிறார்?

சீராளர் முந்தியதைச் செஞ்ஞாயி றறியாமல்
மாறாத வழக்கம்போல் வருவற்குத் திட்டமிடும்
ஆறாத நெஞ்சினரோ அங்கதிரோன் தனைக்கூவி
'வாராய்'என அழைத்தார் மனம்பொறுக்க மாட்டாமல்!

காளையர்தம் எண்ணத்தைக் கதிரறிந்தான்! ஆனாலும்
பாளைமணம் கமழ்கின்ற பாவையர்தம் கண்ணாளர்
தோளிருந்து நழுவிஉடற் சுகமயக்கந் தீருகிற
வேளையில்தான் வெளிவந்தான் வீற்றிருந்த இடம்விட்டு!

(வேறு)

ஆழியலை சிவக்க, அவனியுளார் மெய்சிலிர்க்க,
தாழைப் பனிபறக்கத் தாய்ப்பறவை பாட்டிசைக்க
பாளம் பிளந்ததுபோல் பரிதிஇறை மெய்விளக்கிக்
கீழைத் திசைக்கடலில் கேள்விக் குறிவடித்தான்!

கல்லக் குடியழகு கதிரழகால் மிஞ்சியதோ
கதிரழகு தானிந்தக் குடியழகால் விஞ்சியதோ
வெல்லுந் தமிழ்க்குடியின் வீரத்தைப் பாடிவிடப்
பலகோடிக் கோலெடுத்துப் பாய்ந்தானோ செங்கதிரோன்!

எங்கெங்கும் எங்களவர்! எல்லாரும் எங்கள்மயம்!
அங்கிங்கெ னாதபடி ஆர்ப்பரிக்கும் தமிழர்மயம்!
பொங்கும் உணர்ச்சிமயம்! பூரிக்கும் மேனிமயம்!
புன்னகையில் போர்முழக்கும் தென்னாட்டு வீரமயம்!

பாடிவீ டென்பார்கள் பழந்தமிழர்! ஒருசேரக்
கூடுகிற வீரர்தமைக் கொண்டிருக்கும் வீடதுதான்!
'சூடுவேன் வாகை!' எனத் தோள்தட்டும் மாத்தலைவன்
நாடிவரும் வீரர்தமை நடத்திவைக்கும் வீடதுதான்!

பத்தடிக்கு ஒன்றாகப் பரவியுள்ள கீற்றுடனே
சத்தமிலாக் காற்றுக்கும் சாய்ந்துவிழும் மூங்கில்களில்
'இத்தருணம் வீழ்வேனோ!' என்றிருக்கும் கொட்டகைதான்!
அத்தகைய பாடிவீ டானதடா வீரருக்கு!

சேயீன மனையாட்டி திணறுகிற வேளையிலே
ஓயாமல் வாசலிலே உலாத்துகிற கணவனைப்போல்
ஆயிரம்பேர் அங்கே ஆணையினை எதிர்நோக்கி
வாய்பார்த்து- போகும் வழிபார்த்து நிற்கின்றார்!

(வேறு)

அணியொன்றுக் கிருபத்து நால்வர் வீதம்
அடலேறு நிகர்மறவர் தானைக் கூட்டம்
பணிபுரியப் போமாறும் மிச்ச முள்ளோர்
பாசறையில் தங்கிமறு நாளைப் போரில்
அணிஅணியாய்ப் போமாறும் விதிவ குத்து
ஆணையென விதித்திட்டார்! முதலிற் செல்லும்
தணியாத ஆசையினிற் 'கருணா' வீரத்
தளபதியாய் முதலணியை நடத்த லானான்!

தானைபோம் படலம்

முதற் பகுதி:

'படைவருது படைவருது!' எனுமொழிமுன் னோடும்;
'தடைபெரிது தடைபெரிது!' எனுநிலைகள் தோன்றும்,
கடைதெரியக் கடைதெரிய நடையும்விரை வாகும்
'விடைதெரியும் விடைதெரியும்' எனநகரம் கூடும்!

துரிசிலது! வீரர்படை! தூயவர்கள் தானை!
கரிசனையில் ஒன்றுபடு காளையர்கள் சேனை!
வரிசைநடை! அணுவளவும் விலகவிலை பாராய்!
அரசர்களும் நடையிதனை அறிந்ததிலை நேராய்!

'எடுத்தஅடி ஒன்று'எனில் வடவர்படைத் தலையில்
அடுத்தஅடி ஒன்றுஎன அளந்துசொல்லும் நிலையில்
தொடுத்தநடை படுபுழுதி தூக்கிஎறிந் தோடும்,
அடுத்திருக்கும் பகைவர்வெறும் தூசுஎனல் போலும்!

(வேறு)

நம்புலத்திடையில் வந்திருப்பதொரு
    தந்திரப்பகைவர் தானை!
நம்படைப்பகுதி வெம்படைத்தொகுதி
    கொம்பெடுத்த மதயானை!
அம்பெடுத்தவெடி குண்டெடுத்துநமைக்
    கொன்றழித்துவிடு போதும்,
தெம்பெடுத்துமறு நம்படைப்புலிகள்
    நின்றெதிர்த்து அதைமோதும்!
என்றுநம்பித்துரைத் தம்பிமார்கள்செலும்
    இன்பமதை விழியாலே
தின்றுதீர்த்துவிடும் எண்ணங்கொடுநகர்
    மைந்துகூடும் இமைக்காதே!
அன்றுதிராவிட முன்னேற்றவாலிபர்
    அணிவடிக்கும்வர லாற்றை
சென்றுபார்த்துவிட வந்தபோர்கள்பதி
    னைந்து ஆயிரம் - அவ்வேளை

காலவத்தில்விளை யாடவந்தவட
    காதகர்தம்படை வீரர்!
சாலிகைகள் அணி சேவகர்கள்பலர்
    டால்மியாவின் அருளாளர்
நீலவாகனத்தில் சூழ்ந்திருந்துசுட
    நேரம்பார்த்திடு காட்சி!
சாலநாட்டினையும் ஆளஎண்ணும்சதி
    காரர்மனதின் சாட்சி!

(வேறு)

துப்பாக்கி ஏந்திச் சுடுவதற்குக் காத்திருக்கும்
அப்பாவித் திராவிடனை அணித்தலைவன் காண்கின்றான்
''இப்பாக்கியம் யார்க்கு இந்நாளில் கிட்டுவது
இப்போதே என்மார்பில் ஏறட்டும்!'' என்கின்றான்.

தப்பாது சாவென்னும் சங்கதியைச் சொல்வார்போல்
கொப்பாகச் சேவகர்கள் கூடுகிறார்; பிரிகின்றார்;
எப்போதும்போல் அங்கே எழிற்கருணா நிதிநாடன்
முப்பாலில் மூன்றாம்பால் தலைவன்போல் நிற்கின்றான்!

கொம்பெடுத்து ஊதிப் படையோட்டும் குலம்போலச்
சங்கெடுத்து ஊதித் தவழ்ந்துவரும் புகைவண்டி
கம்பெடுத்து நிற்கும் காவலர்க்கும் ஆணையிட்டுப்
பங்கெடுக்கத் தாவுநம் படைகளையும் வரவேற்கும்!

'தம்பி'எனும் ஒருசொல்லும் 'தாயகமே வாழக'வெனும்
இன்பமிகும் ஒருசொல்லும் ஏறிற்றாம் வான்முட்ட!
அன்பிருக்கும் பெயர்கொண்ட அழகுமிகும் தாளொன்றை
அன்பிருந்த கையான் அரவணைத்துச் செல்கின்றான்!

'டால்மியா' பெயர்கொண்டு தலைதாழ்ந்த பலகையினை
வேல்வியா பாரியின் கைமேவுதடா! மூன்றுதமிழ்க்
கோலாண்ட காலத்துக் கல்லக்குடி சூட்டி
நேராகத் தலைதூக்கி நிற்குமா றேற்றுதடா!

கல்லக் குடிசூட்டக் களம்போல நம்குடிதான்
கொல்லர் குடிவார்க்கும் கொடுவாளிற் சிவப்பேற்றி
வெல்லுங் குடிமறவர் வீரத் தமிழர்குடி
வில்புலிமீன் கொடிதூக்கி வீதிவரத் தகுந்தகுடி!

நானும் தமிழனென நாவாட்டும் மற்றகுடி
தேனும்தினைமாவும் தெள்ளிய நீரோடைகளும்
தோன்றும் தமிழ்நாட்டில் சூழும் கயவர்குடி
பேனோடு ஈரும் பெருகிவரும் மாதர்முடி!

அங்கிருந்த பல்லோரும் அளித்த மொழியினைத்
தெங்கெடுத்து விளையாடும் தென்னாட்டார் செல்வமகன்
பொங்கும் முகங்கொண்டு பூரித்துக் கேட்கின்றான்!
தங்கநிகர் தோழரெலாம் 'தமிழ்வாழ்க' என்கிறார்!

பெயர்சூட்டி மணம்பெற்ற பேராளன் தலைதூக்கித்
துயர்சூழ்ந்த தாய்நாட்டில் சுகக்காதை சொல்கின்றான்!
உயிராடும் உடற்கூட்டில் உணர்வற்ற அதிகாரி
அயராத விழியோடும் அவன்செய்கை காண்கின்றான்!

(வேறு)

முடித்தனர் ஒன்றை யேனும்
    மூண்டஇப் போரின் செய்தி
அடுத்துள வடக்குந் தாண்டி
    அகிலமெல் லாமும் சென்று
வெடித்திட வேண்டு மென்னும்
    விருப்பினில் திளைத்தா ராகப்
படுத்திட நினைத்தார்,வண்டிப்
    பாதைமுன்- சரளை மீதே!

எடுத்தஇம் முடிவைச் சின்ன
    இருவிழி இடையிற் கொண்டு
வடித்தனன் கருணா, சூழ்ந்த
    மாந்தரும் உணர்வான் வேண்டி
அடுத்துள உறவோ ரெல்லாம்
    ஆசிகள் வழங்கு மாறு

எடுத்தனன் கரங்கள்; மேலே
 ஏற்றினன் 'வணக்கம்' என்றான்!

பதைப்புறு நெஞ்சின் வேகம்
 பந்தயக் குதிரை போலும்!
விதிர்ப்புறும் உடலின் தோற்றம்
 வியர்வையின் குளமே போலும்!
வதைப்புறு நாட்டைக் காக்க
 வணங்கிய மறவன் கையின்
கொதிப்பினைக் கண்டோர் மேனி
 கொண்டதிக் குணங்கள் யாவும்!

"வாழிய" என்பார் தாமும்
 வார்த்தைகள் வரமாட்டாமல்
கோழையின் குணங்கள் தோன்றக்
 குமுறிடும் முதியோர் தாமும்
ஆழியின் அலைகள் போல
 அழுதிடும் தாய்மார் தாமும்
சூழநின் றிருத்தல் கண்டான்
 தூயவன்! நடந்தான் சாக!

என்னஇத் துணிவு காணீர்!
 இற்பெருங் கிழத்தி வாழ்வும்
சின்னதோர் குழவி வாழ்வும்
 செல்வனை ஈன்றாள் வாழ்வும்
பன்னவும் முடியாத் துன்பம்
 படைக்குமே! அறிந்தும் வீரன்
தன்னரும் தாய்நாட்டிற்கே
 சாகவும் துணிகின்றானே!

'பகைஒண்டிக் கிடக்கு மிந்தப்
 பாழ்வெளி எனைக்கொன் றாலும்

நகைமண்டிக் கிடந்த நாடு
 நலம்பெற் றுஇழந்து பட்ட
தொகைஎண்ணிப் புதிய வாழ்வில்
 துலங்கட்டும்' என்பான் போலப்
புகைவண்டிப் பாதை முன்னம்
 போயினன்! படுத்தான்; ஐயோ!

பின்னரும் சென்றார் ஐவர்!
 பேச்சுமூச் சில்லை! கண்டோர்
என்னதான் நடக்கு மோஎன்(று)
 இமையினைச் சாத்தா ராகித்
தொன்னையின் வாயைப் போல
 தூக்கிய வாயை மூட
எண்ணவும் மாட்டா ராகி
 இளைக்கின்றார் திசையைப் பார்த்து!

சட்டமும் அதிகா ரத்தின்
 தலைவரும் இதுபோற் செய்கை
எட்டுமென் றறியா ராக
 ஏங்கினர்; மீண்டும் மீண்டும்
சட்டையைச் சரிசெய் தார்கள்!
 தமக்குள்ளே யோசித் தார்கள்!
வட்டமாய்க் கூடி னார்கள்!
 வரம்பினை ஆராய்ந் தார்கள்!

மெத்தையில் துயில்வார் போல
 மேனியை வாடா முல்லைக்
கத்தையில் சாய்த்தார் போலக்
 கண்களைக் கனவில் தேக்கி
அத்தையின் மகளைக் கண்ட
 ஆர்வமே போல - காதல்

வித்தையைப் பயில்வார் போல
வீரரும் கிடந்தார் சாய்ந்து!

துன்னலர் படைகள் சூழ்ந்து,
கொன்றிடத் துடிக்கும் வேளை
புன்னகை வருமா? அங்கே
வந்தது பூத்துப் பூத்து!
மன்னவர் மணிமா டத்து
மாப்பிள்ளை மார்கள் போல
அன்னவர் கிடந்தார், அண்ணாத்
துரைக்குநாம் இளையோர் என்று!

"அண்ணனுக் குள்ள நெஞ்சில்
அரைநெஞ்சு எமக்கும் உண்டு!
பெண்ணினங் கூட வீரப்
பெற்றிகள் பலவும் கொண்ட
மண்ணினிற் பிறந்த தாலே
மனத்துணி வதிகம் உண்டு!
கண்ணியம் கடமை உண்டு!
கட்டுப்பா டனைத்தும் உண்டு!

"சாவிலே துன்ப மில்லை!
சதிபுரி வடவர் காலில்
வீழ்வதே துன்பம்; அந்த
வீழ்ச்சியைத் தகர்க்கும் போரில்
போவது உயிரென் றாலும்
பொருந்திடும் வரலாற் றுள்ளே!
ஆவது ஆக!" என்றார்
அண்ணனின் தம்பி மார்கள்!

சட்டங்கொள் அதிகா ரத்தார்
தமக்குள்ளே முடிவு கொண்டு

கிட்டினர் அங்கே! சாய்ந்து
 கிடந்தநம் உயிரைப் பார்த்து,
"ஒட்டுதல் தானே கொள்கை;
 உடன்செய்த தேனிச் செய்கை!
விட்டிடு வீர்ள முந்து
 விரைவினிற் போவீர்!" என்றார்.

அப்பொழு தில்லா மீசை
 அசைந்திடச் சிரித்து, "ஐயா
கைப்பிடி யாக எம்மைக்
 கைதுசெய் திடலாம்; இன்றேல்
இப்புகை வண்டிக் காலால்
 ஏற்றிட லாம்! கைக் கொண்ட
துப்பாக்கிக் குண்டி னாலே
 துளைத்திட லாம்!எல் லாமும்

"நலமென எண்ணங் கொண்டே
 நாடியுள் ளோம்நாம் இங்கே!
கிலமெனக் கிடக்கும் நாட்டின்
 கேடுகள் தீர்ப்பான் இந்தப்
புலம்புகுந் துள்ளோம்; எங்கள்
 பொன்னெழிற் றிராவி டத்துக்
குலமிதை அறிய வேண்டும்!
 கூப்பிட்டுச் சொன்ன தாலே,

"எழுவது சரியு மல்ல;
 ஏற்றபோர் முறையு மல்ல!
கழிபடர் கொடுத்த போதும்
 கலங்கிட மாட்டோம்!" என்று
வழுவறு கருணா சொன்னான்!
 'வாருங்கள்! என்றார் தம்முட்

பழுதறு 'தலையர்'; வீரர்
படுக்கையைச் சுருட்டி னார்கள்!

கூடிய கூட்டம் யாவும்
கூவிடும் 'கருணா வாழ்க!'
ஓடிய தெல்லாம் அன்னோன்
உடலினைத் தழுவி வாழ்த்த
பாடிய கூட்டம் கண்டு
பதறிய 'தலைவர்' - கூட்டம்
நாடிட முடியா வாறு
நடத்தினர் மறுபு றத்தே!

தானைபோம் படலம் - போர்புரி படலம்

இரண்டாம் பகுதி:

சிறையினை நோக்கி வீரன்
சென்றனன் என்ற செய்தி
பறையறை வித்தாற் போன்று
பாசறை உள்ளோர் காதில்
திரையென மோதும்; அங்கே
திரும்பிய தோழர் கூட்டம்
வரையொடு இரண்டாம் தானை
வருகவென் றழைக்கும் ஓங்கி!

எப்பொழு தெங்கே சென்று
இருப்பினும் அங்கே யெல்லாம்
கப்பிய சோம்பல் நீக்கிக்
கடமையென் றழைக்கும் இராம
சுப்பையன் தலைவோ னாக
தொண்டரோ இருபத் தெண்மர்
கப்பினை நிமிர்த்திச் சென்றார்
கவிகொளப் பொருளும் தந்தார்!

தலைவனைச் சிறைக்கோட் டத்துட்
தள்ளிய பின்னர் தானை
நிலைகுலைந் திடுமென் றெண்ணி
நின்றவர், மீண்டும் ஒன்றி
அலையென வருதல் கண்டார்!
அடதமிழ் நாடா! அன்னார்
சிலையெனச் சமைந்தார், மீண்டும்
செய்வதொன் றறியா ராகி!

வில்லிலை வாளும் இல்லை!
வீறுகொள் தானை வாயில்
சொல்லலால் கலமே தில்லை!
தொடர்வுறும் ஒழுங்கல் லாமற்
கொல்வினை இல்லை! ஏனும்
கூரிய விழியால் வந்த
நல்லவர் படைக்கூட் டத்தை
நடுக்குடன் கண்டார் அன்னார்!

வந்தது வண்டி! வந்து
நின்றது, வணங்காச் சென்னித்
தென்தமிழ் நாடான் போல!
தீரரும் அணியாய்த் தங்கள்
கொந்தகன் முன்னே செல்லக்
குவிந்தனர் படுத்தார்! அங்கே
வந்தவர் கண்டார் தாமும்!
மகிழ்வுடன் படுத்தார்! கேளீர்!

ஆயிரம் தலைக்கு மேலே
ஆங்குறக் கண்டார் நெஞ்சம்
தாயரின் நெஞ்சம் நோக்கித்
தாவிடும்! ஆனால் அங்கு

பாய்விரித் திருந்தார் நெஞ்சு
 பதறிடக் காணோம்! மேனிச்
சாய்விலும் சிரிப்பார்! அண்ணன்
 தம்பியர் அல்லால் யாரே!

தொல்லையை அறிந்த தாங்கே
 சூழ்ந்துள ஆள்வோர் ஏவல்
வல்லையின் நெருங்கி வீர
 வடுவினன் சுப்பை யாவை
மெல்லிய குரலில் வேண்டி
 'வீரர்கள் வருக! மற்றோர்
எல்லையின் நீங்கிச் செல்க!'
 என்றிடக் கேட்டார்; அன்னான்

'நல்லது' என்றான்! மற்றோர்
 நகர்ந்தனர்! இருபத் தெண்மர்
முல்லையைத் தொடுத்தாற் போலே
 மூண்டனர்! சிறைப்பட் டார்கள்;
எல்லையைக் கடந்தார்! நீல
 வாகனத் தேற்றப் பட்டார்!
வல்லியக் கூட்டம் வாழ்த்த
 வணங்கிய வாறே சென்றார்!

ஓரிடம் நில்லான்! எந்த
 உணர்விலும் நல்லான்! அன்பு
சேரிளம் சொல்லான்! தீய
 சேர்க்கையிற் செல்லான்! வீரப்
போரிட வல்லான்! இராம
 சுப்பையன் போனான் நண்பர்
சேரிடம் - அதுதான் இங்கு
 குறையெனச் சொலுமோர் சோலை!

(இதுவும் முடியவில்லை)

எதிரொலி

‘‘கன்னித் தமிழெங்கள் வண்ணமொழி - இதன்
கால மறிந்தவர் யாருமில்லை! - எங்கள்
தென்னவர் புலிக்கொரு செல்வமிதே! - இதைத்
தீய வடவர்கள் காணவில்லை!

அன்னை மொழி, இனம், நாகரிகம்- கலை
அத்தனை யும்தனித் தன்மையையா!’’ - எனத்
தன்னந் தனிப்பட மக்கள்சபை யினில்
சம்பத்துத் தோழர் முழங்கினர் காண்!

‘‘எத்தனை சக்திகள் கூடி மிரட்டினும்
இந்தி வெறிக்குப் பணிவதில்லை - எள்
அத்தனை மானம் இருக்குமட்டும் - உங்கள்
ஆதிக்க எண்ணம் பலிப்பதில்லை!

செத்த இருவரும் செந்தமிழ் காத்திடச்
சேர்ந்து சிறைசென்ற தீரர்களும் - எம்
மத்தியில் என்றென்றும் மானப்புகழ் கொண்டு
வாழ்வதை நீங்கள் அறியவில்லை!

பண்டிதர் கூட்டமும் சாமிகளும் - தமிழ்
பாடிக் களத்திடை ஓடியதும்- எமை
அண்டிய இந்தியின் ஆதிக்கத்தை- அணு
ஆகச் சிதைத்தழித் தோட்டியதும்

கண்டபினு(ம்) இந்தக் காரியம் செய்பவர்
கண்ணிருந் தும்குரு டானவரே! - இந்தி

துண்டு துண்டாகச் சிதறிவிழும் எங்கள்
தோளில் அமர்ந்தர சோச்ச வந்தால்!

சிங்களத் தீவினைப் பார்த்தபின்னும் - ஒரு
தேச மொழிவெறி கொள்ளுவ தேன்?
எங்க ளுயிர்தனை வாட்டிடவோ - இந்தி
எப்படி வந்திடும் பார்த்திடுவோம்!''

தங்க நடையினில் சம்பத்து இம்மொழி
சாற்றியதும் பலர் 'வாழ்க'வென்றார் - அவர்
வங்க உறுப்பினர் வண்ண மராட்டியர்
வாழும் மொழி கொண்ட மற்றவர்கள்!

இந்தி வெறியை எதிர்ப்பவர்கள் தமிழ்
ஏறுகள் மட்டும் என இருந்தோம்! - இதில்
சொந்தங் கொண்டாடி வங்க உறுப்பினர்
தோள்தட்டி னாரிதை என்ன சொல்வோம்!

சிந்தையில் நம்மோடு தீர மராட்டியர்
சேர்ந்து முழங்கினர் தில்லியிலே - இனத்
'தொந்தி' மொழிக்கொரு பாடைசெய்தால் - அதைத்
தூக்கிட நால்வர் கிடைத்து விட்டார்!

''நாட்டி லிருப்பவை அத்தனையும் வளம்
நாடிடும் தேச மொழிகளென்றார் - அவர்
ஏட்டி லிருப்பது இந்தி மட்டும் எனில்
இந்த முரண்பா டேன்வ குத்தார்?

வேட்டி அவிழ்வதும் தானறியா துயர்
வீர முழக்குநம் மந்திரிகள்- பொருள்
கோட்டை விடுவதில் வல்லவர்கள் இந்தக்
கோணல் இருப்பதை ஏன் மறந்தார்?

நாடி நரம்புகள் ஓய்ந்ததடா! அவர்
ரத்தம் முழுது(ம்) உறைந்ததடா! - கொடும்
பேடிமை எண்ணங் குவிந்ததடா - ஒரு
பித்து பிடித்துக் குலுக்குதடா!

நாடு மொழிஇனம் என்பதெலாம் - பொருள்
நாடித் திரிபவர் கைகளிலே - தினம்
வாடும் நிலைதனை மாற்றிடவே - கையில்
வாளெடுப் போம்! பெரும் போர்தொ டுப்போம்!

பத்துலட் சம்வரை சொத்துக் குவித்தவர்
பண்பினை எண்ணி நடப்பாரோ?-நம்
முத்து மொழியை நினைப்பாரோ?-இனி
மூண்டிடும் போரில் குதிப்பாரோ?

செத்துப் பிழைக்கின்ற 'தீவட்டி'கள் - மொழி
சிந்தையில் கொள்வதும் கூடுவதோ?- இதை
நத்திக் கிடக்கும் நம்மவர்கள்தான் - இந்த
நல்ல பணிக்குத் தலைகொடுப்பார்!

வங்க மராட்டியர் சிங்கமென - மொழி
வாரிப் பிரிவினைப் போர்க்களத்தில் -முனம்
பொங்கிக் குதித்ததை நாம் நினைப்போம்- பெரும்
போரில் குதித்திட ஆள் குவிப்போம்!

எங்கணும் தொங்கிடும் இந்தி எழுத்தினை
ஏறி மிதித்தழித் தோட்டிடுவோம்- ஆண்
மங்கைய ராகப் பிறந்த அமைச்சர்கள்
வாழட்டும்! நம்உயிர் மாண்புறட்டும்!

கொண்டு வந்தாரே குமுறுகின்றாரே

நாம்சொலின் வகுப்பு வாதம்
நல்லதோர் ஒற்றுமைக்கே
தீம்புசெய் பேத எண்ணம்;
தில்லியின் காது கேட்க,
தாம்பரம் பேச்சில், வீரர்
சக்கர வர்த்தி யாரே
மாம்பழம் வகிர்ந்தாற் போல
வடித்ததை என்னென் பார்கள்?

உரத்ததோர் குரலில் சொன்னார்!
'ஒற்றுமை இதுவா?' என்றார்.
''திறத்திலே இந்திப் பாடை
தேர்ந்ததா? நாட்டோ ரெல்லாம்
சிரத்திலே சுமக்க இந்தி
சிறந்ததா? எவ்வா'' றென்றார்!
'தரத்திலே உயர்ந்து வாழும்
தமிழர்கள் சகியா' ரென்றார்!

'ஆங்கிலம் நமக்குத் தந்த
அருமைகள் பலவாம்' என்றார்!
ஆங்கிலம் வேண்டா மென்றே
அவ்விடத்(து) இந்தி வாழத்

தாங்குவார் அறிதல் வேண்டும்
 சக்கர வர்த்தி மைந்தர்
ஆங்கிலர் அடியா ரல்லர்
 அனைவரிற் சிறந்த தியாகி!

அறிவிலே பெரியார், ''மக்கள்
 அன்பைநான் மதிப்ப தாலே
உருவிலே ஒழுங்கில் லாத
 ஓர்மொழி புகுதல் வேண்டேன்!
உறவெனில் சரிதான்; இல்லை
 உண்பதே கடமை என்பார்
அறிவிலார்!'' என்றார்; ஈதை
 அறிகிலார் அறிவி லாரே!

படித்திட உரைத்தார் முன்பு!
 பகுத்தறி வியக்கத் தாரை
அடைத்தனர் சிறையில்; இன்றோ
 ஆங்கிலம் போதும்; இந்தி
கெடுத்திடும் நம்மை என்றார்
 கேட்டவர் கைகள் கொட்டி,
வடித்ததோர் வார்த்தைக் காக
 வாழ்த்தினர் அவரை! வாழ்க!

சென்னைமா நிலத்தை நாளும்
 சில்லறைத் தமிழர் தங்கள்
முன்னவன் மூத்தோன் சொல்லை
 முனிவிலா தெண்ணல் வேண்டும்!
சொன்னவர் அமைச்சர் தங்கள்
 துணைவரே! மாற்றார் அல்லர்!
அன்னவர் பேச்சில் என்றும்
 அனுபவக் கருவே நிற்கும்!

இதனையும் எண்ணா ராயின்
    இடுப்பொடி படுவார்! தங்கள்
உதவியும் இழப்பார்! மக்கள்
    உதைப்பதும் படுவார்! அன்னார்
பதவியும் பட்டம் போல
    பறந்திடும்! குமுறும் மக்கள்
நதியென எழுந்தா ராயின்
    நாய்க்குலம் உயிர்கா வாது!

இலங்கையில் வாழும் என் தமிழ்த் தோழி!

தோழிநின் கடிதம் கண்டேன்
துவண்டது நெஞ்சம்! ஐயோ!
ஈழவர் நாட்டில் நீயும்
இன்புறுங் கணவர் தாமும்
ஆழியாய் அலைகள் மோத
அழிவதை எண்ணுங் காலை
பாழுமித் தமிழர் நாட்டின்
'பாப'த்தை நினைக்கின் றேன்யான்!

படைகொண்டு மோதி வென்ற
பாண்டியர் ஈழ நாட்டில்
விடைகொண்டு திரும்பி டாமல்
வேரூன்றி நின்றி ருந்தால்
கடைதாவிக் குதிக்கு மிந்தக்
காடையர் வாழ்க்கை இன்று
நடைதேய்ந்து போயி ருக்கும்!
நம்மவர் செய்தா ரில்லை!

இலங்கையை வென்ற பின்னர்
இராசரா சனும்தி ரும்பி
இலங்கிடும் சோழ நாட்டிற்(கு)
ஏன்வந்தான்? ஈழ மண்ணில்

துலங்கிடும் கொடிஎந் நாளும்
சோழரின் கொடியே யாக
விளங்கிடச் செய்தி டாமல்
விட்டனன்! தவறே செய்தான்!

பிடித்ததை விட்டார்; நம்மைப்
பிடித்தவர்க் கடிமை யானார்!
கெடுத்தனர் முன்னோர்! அந்தக்
கீழ்மையால் புவியெ லாமும்
படுத்தனன் தமிழன்! அந்தப்
பாவிகள் செய்த 'பாவம்'
அடுத்தநம் தலைமு றைக்கும்
அவதியைத் தந்த தன்றோ?

எங்கெங்கோ போனான், 'வெற்றி
ஏறுநான்' என்றான்! இன்று
அங்கங்கே தமிழ ரெல்லாம்
'அவன்வேறு நான்வே றெ'ன்றார்!
சிங்கம்போல் முன்னோன் சென்றான்;
தீப்பசிக் குணவு தேடி
அங்கெல்லாம் பின்னோர் சென்றான்;
அடங்கினன், ஒடுங்கி மாண்டான்!

எல்லார்க்கும் வாழ்வ ளித்த
இளித்தவாய் தமிழர் நாடு
நல்லதோர் குணத்தி னால்தான்
நலிந்தது! ஈழ நாட்டில்
கல்லார்க்கும் கல்வி தந்த
கனித்தமிழ் மொழியும் இன்று
புல்லோரம் தலையைத் தூக்கிப்
'போகவா வரவா' என்னும்!

தங்கமே! ஈழ நாட்டார்
 தாய்மொழி அழிப்ப தற்குப்
பொங்குவ தெழுதி யுள்ளாய்;
 பொருமினேன் படித்த போது!
இங்கென்ன வாழ்வு? தூய
 எழில்மொழி வெட்டிச் சாய்க்க
இங்குள்ள தமிழ னேதான்
 எழுகின்றான் கொடுவாள் தூக்கி!

செல்வமே! 'சிங்க நாட்டார்
 சிந்தையைக் கலைப்ப தற்கு
வல்லவர் நேரு என்றும்
 வழிஅவர் செல்வா ரென்றும்
எல்லோரும் நம்பி யுள்ளார்'
 என்றுநீ எழுதி யுள்ளாய்!
சொல்லாதே! உலகஞ் சுற்றும்
 சூரர்க்கு இதுவா வேலை?

அரசியின் விருந்தும், பண்டா
 அமைச்சனின் தோளும், 'லோக'
அரசியல் பேச்சும், பெண்கள்
 ஆட்டமும், கீதம் பாடும்
சரசியின் சிரிப்பும், எங்கும்
 சல்லாபக் கூத்தும் கண்டு
வருபவர்க் குனது அன்னை
 வாழ்ந்தென்ன மடிந்தா லென்ன?

அவர்பெரும் மன்னர்! இன்று
 அணுகுண்டே அவர்த லைமேல்!
அவர்உன்னை நினைப்ப தற்கு
 அத்தனை சிறியா ரல்லர்!

அவர்வீட்டு மாடு கள்போல்
அலைப்புறும் தமிழ னன்றி
எவர்உன்னை நினைப்பார்? சொந்த
இரத்தந்தான் பேசும் கண்ணே!

தொட்டிலில் துயிலும் போதும்
தோள்வைத்துக் கொஞ்சும் போதும்
வட்டிலில் உண்ணும் போதும்
மார்மீதில் தவழும் போதும்
கட்டிலில் மனைவி யோடு
காதலுக் கனுப்பும் போதும்
மட்டிலா மகிழ்வு நல்கும்
மகனென்ற இரத்த பாசம்!

அடுத்தவீட் டம்மா ளுக்கு
அதைப்பற்றிக் கவலை ஏது?
படுத்தவன் எழுந்தா லென்ன;
பாடையில் போனா லென்ன?
நடுத்தெரு நின்றா லென்ன
நாளெல்லாம் அலைந்தா லென்ன?
எடுத்ததோர் திருடன் வீட்டு
ஏங்குவார்க் கழுவ துண்டோ?

குன்றத்தின் உச்சி யேறிக்
கொடும்புலி பாம்பு கொன்று
அன்றந்த இலங்கை நாட்டை
ஆக்கினான் உனது பாட்டன்;
இன்றந்த நாட்டில் நீயும்
என்தமிழ்த் தோழர் தாமும்
நன்றிகொன் றாள்வோ ராலே
நலிவுற நேர்ந்த தென்றால்,

என்னயான் சொல்வேன்; வாழும்
  இருபது லட்சம் பேரும்
என்னவர்! எனது மூச்சு
  இழைபிரித் தெடுத்த பாகம்!
அன்னமே! வருந்த வேண்டாம்!
  'அழிவது தமிழே' என்று
சொன்னவர் அழியு மாறு
  துவக்குக போரை! வெல்வோம்!

குருதியே ஓடி னாலும்
  குடல்நிணம் சிதைந்த போதும்
பரிதியின் மாலை வண்ணம்
  படைத்தது மண்ணென் றாலும்
வருதுயர் தமிழுக் கென்றே
  'வாழிய' பாடல் பாடி
உறுதியில் இறங்கு! வெற்றி
  உனக்கிது இயற்கை வேதம்!

மொழியின்றி விழிக ளில்லை
  மூச்சில்லை பேச்சு மில்லை!
கழிசடை உடைமை யாளர்
  கருவிலே கயமை தோய்ந்தோர்
இழிமொழி வீசி னாலும்
  எடுபிடி வேலை செய்து
அழிவுனக் கீந்த போதும்
  அஞ்சிடேல் பண்பு குன்றேல்!

நாமெல்லாம் தமிழ் மக்கள்
  நமக்குநாம் பாதுகாப்பு
நாமெல்லாம் அழிவ தால்ஓர்
  நாட்டினர் வாழ்வா ரென்றால்

நாமெல்லாம் வாழ்வ தற்கந்
நாட்டினர் அழிதல் நீதி!
நாமெல்லாம் அழிந்து எந்த
நாடிங்கு வாழும்? பார்ப்போம்!

தமிழர்கள் கெடுவ தொன்றே
தரணியின் முறையா? தூய
அமிழ்தொழித் தரக்கர் கூட்டம்
ஆள்வது சரியா? இல்லை!
தமிழுக்கும் தமிழ ருக்கும்
தடைபோடும் வெறியர் தம்மை
இமைவேறு கண்கள் வேறாய்
இருநூறு துண்டங் காண்போம்!

அங்குநீ போர்து வக்கு;
அடுத்தபோர் தமிழர் நாட்டில்!
இங்குநம் மொழியைத் தாக்கும்
இந்திக்குப் பாடை கட்டி
சங்கொடும் பறைமு ழக்கி
சட்டியில் கொள்ளி தூக்கி
அங்குல எலும்பு கூட
அகப்படா தழிப்போம்! உண்மை!

தென்னவர் இந்தி கற்கச்
செப்புவோன் தமிழ னல்லன்!
அன்னையை வடவர் கூடி
ஆக்கிய கருவே அன்னான்!
சின்னதோர் இடையாய்! உன்னைச்
சிங்களம் படிக்கச் சொன்னால்
அன்னவர்க் கிதையே சொல்லு
ஆம்; இது தமிழ ரத்தம்!

தமிழ் - ஆங்கிலம்- இந்தி

அமிழ்தினு மினிய தான
அருந்தமிழ் மொழியி னோடும்
தமிழனை அறிஞ னாக்கித்
தந்தஆங் கிலமும் நாட்டில்
அமைவுறப் படைத்த பேற்றை
அழித்திடத் துணிவோர் தாமும்
'தமிழ'ரென் றுரைப்பா ரானால்
தமிழ்ப்பொருள் இழிவென் றாகும்!

ஆங்கிலங் கொடுத்த பேறே
அரசிடை மக்கள் ஆட்சி!
ஆங்கில விளக்கின் கீழே
ஆங்கில ஒலிபெ ருக்கி!
ஆங்கிலக் கடிகா ரத்தோ(டு)
ஆங்கில ஊர்தி கண்டும்
ஆங்கிலம் ஒழிப்பே னென்பான்
அறிவிலா மடையன் என்பேன்!

தனக்கது தெரியாத தாலே
தலைச்சுமை அஃதென் கின்றார்!
இனிப்பது வடநா டாளும்
இந்தியென் கின்றார்! தோழா!
எனக்கவர் இதயங் கூறும்
இயல்மொழி தெரியும்! அன்னார்

தனக்கொரு வடவர் வாழ்த்தைத்
  தான்விழை கின்றார்; ஆமாம்!

ரஷ்யரும் ஆங்கி லத்தை
  நச்செனக் கருதல் கண்டே
சிஷ்யரும் அதுபோல் சொன்னார்!
  சிரமுதற் பாதம் முற்றும்
ரஷ்யரின் தாளிற் போட்டு
  ராகமா லிகைகள் பாடும்
சிஷ்யரை இந்த நாட்டின்
  தெருப்புழு தியும்நம் பாதே!

ஒருபுறம் சிவஞா னத்தார்,
  உப்பிலாப் பண்டம் போலே!
மறுபுறம் சீவா னந்தர்
  'மாதசம் பள'த்தின் கீழே!
இருவரும் இழுத்து நிற்கும்
  இந்தியன் கதியை எண்ணி
ஒருமுறை அழுவோம், அன்னார்
  உருப்பட அழுவோம் வாராய்!

ஆங்கிலம் வாழு மாயின்
  அறிவுல கனைத்தும் வாழும்!
பாங்குறும் தமிழும் ஆங்கே
  பண்புடன் செழிக்கும்! எண்ணத்
தீங்குளார் புகுத்தும் இந்தி
  தீப்படும்! தமிழர் வாழ்வை
ஆங்கிலம் வளர்க்கும் போதே
  அன்னைஎந் தமிழும் வாழ்வாள்!

தமிழ் போலும் - மொழி இல்லை!

'எழுத்தறியேன்! மொழியறியேன்! தமிழர் நாட்டின்
இயல்பறியேன்! சிறப்பறியேன்! பண்பி னோடும்
பழுத்தசுவைப் பாடல்களும் அறியேன்! என்றால்
பாவிமகன் படிப்பதற்கோர் வழியைச் சொல்வேன்!
அழுத்தமிகும் மறை மலையின் தமிழைப் பார்த்தும்
அறத்தமிழன் திரு.வி.க. மொழியைப் பார்த்தும்
வழுத்துகிறான் 'இவைதமிழா?' என்றா ரென்றால்,
வடித்தெடுத்த மடையனெனத் துணிந்தே சொல்வோம்.

செத்தமொழி பெற்றமகன், தமிழைப் பார்த்துத்
திணறுகிறான்! மயங்குகிறான்! வேற்று நாட்டுப்
பொத்தல்களைத் தமிழாக்கி விற்ப தற்குப்
புறப்பட்டோன், ஆதலினால் புலம்பு கின்றான்
அத்தியிலே பூத்தமலர் அனைய நாட்டில்
அழகுமொழி படைத்தமறை மலையைக் கண்டால்
சித்திரமும் தமிழ்பேசும்; திறமில் லாத
சிறுநரிதான் ஊளையிடும்! இட்டான் ஊளை!

வேரெடுத்த செம்மைமொழி தமிழல் லாமல்
வேறெதுதான் தமிழாகும்! அத்திம் பேரும்
பூரிகளும் ஸ்வாமிகளும் ஆச்சார் யாளும்
பூரணமும் ஸ்வாகதமும் தமிழா? ஜோடி,
நாரியரும், மங்களமும் தமிழா? அஸ்வ
ரட்சகரும் பட்சிகளும் தமிழா? வேத

பாரதமும், சமிதிகளும் தமிழின் சொத்தா?
பலவீட்டுப் பிச்சையைத்தான் தமிழென் பாரா?

திருமணத்தில் இழவோசை! பெயர்க ளெல்லாம்
செத்தமொழி வடிவங்கள்! மேடை யெங்கும்
திருமாற்றும் ஸ்ரீமான்கள், பிரசங் கங்கள்!
சேர்ந்திருப்ப தெல்லாரும் மகாஜ னங்கள்!
குறள்கூறும் அவையினிலும் 'ஸ்மிருதி' நாற்றம்!
குறிக்கவரும் அதிகாரம் அத்தி யாயம்!
பொருள்கூறும் உணவுக்கோ போஜ னங்கள்!
பூலோகம், தேவர்கள், ஈஸ்வ ராளே!

சையோகம் சந்தோஷம் தாப ருத்ரம்!
சம்சாரம் சன்யாசம் பரத நாட்யம்
வைபோகம் மாங்கல்யம் சுபமு கூர்த்தம்!
மதபேதம் ஸ்ரீலஸ்ரீ பஜனை பூஜை
கைலாகு நைவேத்யம் கமல பந்தம்
கல்யாணம் பிதுர்பாத்யம் அர்த்த ஜாமம்!
தெய்வாம்சம் ஸ்ரீபாதம் தேவி புஷ்பம்!
ஸ்வாரஸ்யம் பகுநேர்த்தி தேவ மாதா!

இவையெல்லாம் தமிழென்பான் அடிக ளாரின்
எழில்கண்டு புலம்புகிறான்! மறும லர்ச்சி
அவையென்றே எழுத்தாளர் அவையைச் சொல்வார்
ஆங்குமொரு புல்லுருவி! தமிழ நாட்டீர்!
கவையாகிக் கொம்பாகிக் காட்ட கத்தே
காய்கின்ற விறகாகும் மரங்கள் யாவும்
அவையேறி வாராமல் காக்க வேண்டும்
அடிமீது அடிவைத்தே ஓட்ட வேண்டும்!

முப்பாலுக் காப்பாலோர் பொருளு மில்லை!
மூவாத சிலம்பின்றோர் கூத்து மில்லை!

தப்பாத புறமல்லால் வீர மில்லை!
தளிர்போலும் அகமல்லாமல் காதல் இல்லை!
செப்பாகிச் சிலையான பொருளைப் போல(த்)
திறங்கொண்டு வேர்கண்ட தமிழில் லாமல்
எப்போதும் புகழ்பாடும் மொழியே இல்லை!
இருக்கின்ற தென்பான்தாய் பெண்ணே இல்லை!

வயது நூற்றெழுபத்தைந்து

'இந்தியசு தந்திரத்தின் வயதைக் கேளீர்!
இன்றோடு நூற்றாண்டு முடிந்த' தென்றே
மந்திரிகள் சொன்னார்கள்! ஆட்டு மந்தை
மக்கள் அதைத் தலையாட்டி ஆமென் றார்கள்!
தென்திசையில் போராடி மறைந்த வீரர்
தீரத்தைப் புகழ்ந்தோர்கள் யாவரும் அங்கே
இந்நாட்டு விடுதலையின் வயது நூற்று
எழுபத்தைந் தென்பதனைச் சொன்னா ரில்லை!

நானாவும் லட்சுமியும் தாந்தி யாவும்
நாடாளும் ஆசையினால் துடித்த தைத்தான்
'மூ'னாக்கள் சுதந்திரநா ளென்கின் றார்கள்!
முன்னாளில் தன்நாட்டின் மானங் காக்கத்
தேனூறும் மனையாளைச் சேயை நீங்கித்
திரிந்தாரைத் தீரப்போர் புரிந்த பேரை
'நானூ'ற்றுப் புகழ்பாடும் தமிழர் தம்மை
நலம்பாடி வாழ்ந்திடஓர் நாதி இல்லை!

மண்மூடிப் போனதொரு பழைய காதை
மானத்தின் ஈடாகும்! தமிழர் நாட்டில்
வெண்மேனிப் பிறநாட்டார் புரிந்த கொள்ளை
வேரொடு சாய்ந்தாரின் வீரம் பாடும்
கண்மூடிப் போனார்கள் அவர்க ளென்றால்
காலமுமா மூடிவிடும்? அணுக்கள் தோறும்

பண்பாடும் பாஞ்சாலங் குறிச்சி நாட்டின்
பார்புகழும் நிகழ்ச்சிகளின் தேதி யாதாம்?

ஆயிரத்து எண்ணூற்றி ஐம்பத் தேழில்
ஆர்ப்பாட்டம் புரிந்ததெல்லாம் இரண்டாம் கட்டம்!
பாயிரத்துப் போர்ளங்கள் தமிழன் செய்த
பாஞ்சாலங் குறிச்சிப்போர்! அதைம றந்தார்!
நோய்பிடித்த தமிழ்மகனே! நீயும் சேர்ந்து
நூற்றாண்டு விழாபாட்டுப் பாடு கின்றாய்!
பாய்போட்டுத் தூங்கிடும்நீ எழுவ தெல்லாம்
பரத்தைக்கு முடிசூட்டிப் பார்க்கத் தானோ?

புளிக்கொம்பில் தொங்கியவன் புகழும், பின்னர்
புகழ்கொண்ட 'துரை'பேரும், கிளர்ந்தெ ழுந்தே
'வழிஈது! செல்!' கென்றே வெள்ளை நாயை
வாளாலே ஈர்ந்திட்ட மருது மன்னர்
எழிற்பேரும், தமிழ்ராணி வேலுநாச்சி
ஏறாகிப் போர்செய்த கதையும், திப்பு
வழிவந்த சீராளர் வேலூர் நாட்டில்
வாள்கொண்டு மோதியதும் எந்த நாளில்?

ஆயிரத்தி எண்ணூறும் அதற்கு முன்பும்!
ஆங்கிலர்கள் குறிப்பேட்டைப் படித்துப் பாரீர்!
தோய்ந்ததொரு தமிழ்ரத்தம் மறைந்த பின்பே
தூங்கிவிட்ட வடநாட்டார் துடித்தெ ழுந்தார்!
தாய்பெற்ற புகழறியாத் தமிழ் மாந்தர்
தாமும்போய் 'நூற்றாண்டு' என்கின் றாரே!
சேய்தந்தை புகழுக்கு நமனாய் வந்தால்
சிறுநாயும் மதிக்காது! மதிக்க வில்லை!

எந்தெந்த வழிகளிலே தமிழன் தேய்ந்தான்!
எங்கெங்கோ கிடந்தவர்கள் 'வீர' ரானார்!

பந்தாகி உதைபட்டுத் திரிவ தற்கே
பாழான தமிழன்னை மகனைப் பெற்றாள்!
சந்தோடு போனாரும் வரலா றேறிச்
சதிராடு கின்றார்கள்! வருவார்க் கெல்லாம்
முந்தானை விரித்தாண்ட டில்லிப் பாவை
முழங்குகிறாள்! தமிழ்ப்பிள்ளை முனகு கின்றான்!

அணுவெங்கும் வேல்கொண்டு தாக்கி னாலும்
அவதியுற மாட்டோம்நாம்! சரித்தி ரத்தின்
அணுவெல்லாம் நிறைகின்ற தமிழன் பேரை
அழிக்கின்ற செயல்கண்டு துடிக்கும் நெஞ்சம்!
'பணிவாலே புகழ்மாயும்!' என்ப தைத்தான்
பார்க்கின்றோம்! ஒருநாடாய் வாழ்வ தாலே
அணுவேனும் நமக்குமரி யாதை உண்டா?
அறிவுடையார் மறுபடியும் நினைவிற் கொள்க!

வரலாற்றில் இடமில்லை; அஞ்சல் கூட்டில்
வடிக்கின்ற தலைகளிலும் நம்மோ ரில்லை!
பொருளாதா ரத்தினிலும் தேய்ந்த வாழ்க்கை!
புவியாளும் முழுஉரிமை பெற்றா லன்றி
இருள்சூழும் தமிழ்நாட்டை! விரைவி லேயே
இதுகாண்போம்! பெரியாரே! தமிழ் நாட்டீர்!
அருளாலே உலகாளும் ஆதி னங்காள்!
'அஞ்ஞான'ச் சிறுவனின் சொல்லைக் கேளீர்!

'மேருமலை யவ்வளவு பெருமை பெற்றார்,
மேனாட்டார் விருந்துக்கே உடலெடுத்தார்,
நேருபிரான்' என்பதையே பாடிக் கொண்டு
நெளியாதீர்! 'பந்து'களின் சதையைப் பார்த்துச்
சூரரெனப் புகழாதீர்! கோடு போட்டுத்
துடுக்கடக்கிப் புகழ்பாட வாரீர் வாரீர்!

ஆறிவரும் காலமெலாம் அழியுங் காலம்!
'அடிஉதைகள்' கொடுப்பதுதான் பிழைக்குங் காலம்!

துணைக்கண்டம் இதுவென்போம்! ஒருநா டென்றால்!
தொண்ணூறா யிரம்பேதம் எவ்வா றென்போம்!
பிணைக்கின்ற கயிறுகளை அறுப்போம்! இந்திப்
பேதையரை எல்லைவரை உதைப்போம்! சொல்லைக்
கணையாக்கி எறிவோம்! போ ராட்ட மென்னும்
களப்பாட்டில் குதிப்போம்! நாம் பழைய நாளில்
இணைவோம்! இம் முயற்சிகளில் மடிய நேர்ந்தால்,
'எந்நாடே வாழ்க!' வென உரைத்தே செல்வோம்!

இனிப்பொறுக்க நேரமிலை! பொறுமை யெல்லாம்
இழப்புக்கே வழியாதல் கண்டு கொண்டோம்!
கனிவேண்டும்! நம்நாடு நமக்கே யாகும்
காலந்தான் இனிவேண்டும்! அன்னை, பிள்ளை
துணைவேண்டும்! பிறநாட்டில் வாடு வோரின்
துயர்தீர்க்கும் வழிவேண்டும்! நமக்குள் நாமே
இணைக்கின்ற அரசொன்றே வேண்டும்! ஈது
இல்லையெனில் சாவொன்றே வேண்டும்! வேண்டும்!

சங்கர ராணுவம்

அறிவியல் வளர்ந்த பின்பும்
அணுவையும் துளைத்து மேவும்
பொறியியல் மிகுந்த பின்பும்
புதுமைகள் நிறைந்த வீர
நெறிபல கண்ட பின்பும்
நிகரிலாத் தலைவ னென்றே
துறவியைக் காட்டும் வீணர்
தொலைந்தன ரிலையே தோழா!

சங்கராச் சாரி யார்தான்
தலைவராம்! உலக மாந்தர்
பொங்கியாச் சாரி காலில்
போய்விழல் தரும வாழ்வாம்!
இங்குளார் இளித்த வாயர்
என்பதால் துறவி யான
சங்கராச் சாரி யாரை(த்)
தாங்குவோர் உளரே இன்னும்!

தாளெனல் அறிவின் தூது!
தமிழ்வளர்க் கின்ற செல்வம்!
வாளினும் வலிய தாகி
மைக்கரு மருந்து சேர்த்து
நீள்புவி நிமிர்த்தி வைக்கும்
நிகரிலா ஏடென் பாரே!

தாளெலாம் துறவி யாரின்
 தாள்தொடல் காண்கின் றோமே!

வகுத்ததோர் உலகின் வாழ்க்கை
 வழியறி யாத மாந்தர்
பகுத்தறி விழந்து போனார்
 பண்பினை மறக்க லானார்!
தொகுத்தறி யாத தாலே
 துறவிக ளானோர் பாதம்
வழித்தெறி கின்றார்! அந்தோ
 வாழுமோ தமிழர் பூமி!

இலங்கைத் தமிழரும் நேருவும்

'ஈழத்துத் தமிழர்களைப் பற்றி என்றும்
இந்தியருக் கக்கறையே இல்லை! அன்னார்
ஈழத்துக் குடியினரே! எந்த நாளும்
இயற்கைவழிச் சிறுதொடர்பை முன்னிறுத்தி
ஈழத்து நாயகரைத் தட்டிக் கேட்க
இயலாது! முறையன்று; சட்டந் தீட்ட
ஈழத்தார்க் கதிகாரம் மெத்த உண்டாம்'
என்றுரைத்தார் திருவாளர் வெண்ணெய் வெட்டி!

வெளிநாட்டுக் கொள்கையின் மீதுரைவ டித்த
'வெறும்பேச்சு'ப் பண்டிதரின் வார்த்தை கேட்டுக்
களித்தார்கள் காங்கிரசார்; தமிழ நாட்டின்
கண்போன்ற சோதரரை இலங்கைத் தீவில்
நெளிந்தோடும் குருதியிலே மிதக்க விட்டு
நெளிகின்ற உறுப்பினரும் புன்ன கைத்தார்!
துளிர்க்காதா இலங்கையிலே தமிழர் வாழ்வு?
சுடுகாடு போகும்வரை தொல்லை தானா?

கொதிக்கின்ற நெஞ்சத்தைத் தேற்று வார்யார்?
குமுறிஎழும் கண்ணீரை நீக்கு வார்யார்?
வதைக்கின்ற முள்வேலி மாற்று வார்யார்?
வாடிவிழும் நிலைமாற்றி வழங்கு வார்யார்?
கதியின்றித் திகைக்கின்ற தாயும் சேயும்
கால்பார்த்து நடக்கின்ற மாத ராரும்

சதிக்கூட்டம் மத்தியிலே புறக்கூட் டம்போல்
தடுமாறும் நிலைமாற்ற வல்லார் யார்?யார்?

நம்பியதோர் பண்டிதரும் காலை வாரி
நட்டாற்றில் விட்டாரே! தமிழா! உந்தன்
கும்பியிலே தீயள்ளிப் போட்டா ரேடா!
கும்பிடுநீ வடதிசையை நோக்கி நோக்கி!
தம்பிகளே! காங்கிரசுச் சாம்பி ராணித்
தமிழர்களே! மாடோட்டி வந்த தங்கக்
கம்பிகளே! புளியமரம் அருகில் உண்டா?
கயிறொன்று நான்தரவா? முடிவு கொள்வீர்!

'வடநாடா, தென்னாடா? யாரு ரைத்தார்;
வாழ்கின்ற மாந்தரெலாம் ஓரி னத்தார்!
நடவாது! நடவாது! பிரிவி னைத்தீ
நம்நாட்டைப் பாழாக்கும்; விடவே மாட்டோம்!
படிதாண்டாப் பத்தினிகள் முழங்கி னார்கள்;
பண்டிதரோ அவர்வாயைத் திறக்கக் கூறிப்
பிடிமண்ணைத் திணிக்கின்றார்! மெல்கின் றார்கள்!
பிறிதொன்றைப் போட்டாலும் விழுங்கு வார்கள்!

அருங்குலத்தீர்! நம்மவரை நாமே காப்போம்!
அவதியுறச் சேயீன்ற அன்னை அல்லால்
பெருமலடி அறிவாளோ பிள்ளைப் பாசம்!
பேடிகளை நம்புவதால் தேற்ற முண்டோ?
வருவதெலாம் நமக்கேதான்! மாற்றி வைக்க
வல்லவரும் நாமேதான்! வடக்கி ருந்து
வருவோரை உதைத்தோட்டி, இலங்கை விட்டு
வருவோரை அங்கங்கே வாழ வைப்போம்!

முதுகுளத்தூர்க் கலகம்

பாண்டியர் வாழ்ந்த மண்ணில்
 படைத்தளங் காத்த வீரர்
ஆண்டவர் இனத்தார்; எங்கள்
 அருந்தமிழ்க் குலத்தார்; போரில்
மாண்டதால் பெருமை பெற்றோர்
 மாபெரும் வரலாற் றேட்டைத்
தீண்டுவார் கரங்கள் தோறும்
 தித்திக்கும் மறவோ ரோர்பால்!

ஆதிநாள் தமிழர்; நாட்டின்
 அடிப்படை அமைத்தோர்! வேதச்
சாதியாம் சனியன் கூத்தால்
 தம்மரும் பெருமை தேய்ந்தோர்
தீதிலா மனத்தார்; இந்தத்
 தென்னகத் துரிமை யாளர்
வாதிலே மற்றோர் பக்கம்
 மாண்டனர் குளத்தூர் நாட்டில்!

தலைவர்கள் பேசும் பேச்சின்
 தரக்குறை வாலே இந்தக்
கொலையெலாம் நிகழ்ந்த தென்றால்
 குறைப்பட நியாயம் இல்லை!
நிலையிலாப் பதவிப் பேய்கள்
 நிகழ்த்திய கூத்தால் எங்கள்

விலையிலா மாணிக் கங்கள்
 வீழ்ந்தன கலகத் தூடே!

சாதியைப் புலமாய்க் கொண்டு
 தலைவர்கள் அமைந்தால், ஆங்கு
நீதியே அமைவ தில்லை;
 நிகழ்ந்தது குளத்தூர் நாட்டில்!
சாதியே! பேயே! சாவின்
 தளத்திலே கிடந்த உன்னைத்
தேர்தலால் மீண்டும் கொண்டு
 திணித்தவர் அழத்தான் வேண்டும்!

சூழ்ச்சியும் கொலையும் சாதித்
 தொல்லையால் விளைந்த தென்றால்,
காட்சியைக் காணப் போன
 'கன'த்திலும் சாதிப் போட்டி!
சாட்சியங் கூற வந்த
 தலைவருள் சாதிப் போட்டி!
ஆட்சியா ஈது? மக்கள்
 அரசியல் நெறியா ஈது?

மூத்ததோர் குடியின் மக்காள்
 மூண்டதோர் கலகத் தாலே
தீத்தழும் பெடுத்த எங்கள்
 தீந்தமிழ்ச் செல்வங் காள்! நீர்
நாத்தழும் பேறிப் போன
 தலைவர்கள் நாவைப் பார்த்துக்
காத்தது போதும்; நீரே
 கண்ணியம் கடமை காப்பீர்!

கொலை - தற்கொலை

தெண்டிரை அவனி முற்றும்
தேடினார் கணக்குங் கேட்டார்
மண்டலம் முழுதும் பார்த்து
வந்தவர் சொன்னார்: ''எங்கள்
வண்டமிழ் நாட்டி லேதான்
வாழ்வினை வெறுத்த மாந்தர்
கொண்டதற் கொலையும் மாதர்
கொலையுமா யிரங்கள்'' என்றே!

போரிலே மாண்டார் கேட்டோம்!
புகழுடம் படைந்தார் கேட்போம்!
சீரிலா வாழ்வை நீத்தே
சென்றதற் கொலையா கேட்போம்?
வேரிலா மரம்போல் எங்கள்
வீரரும் செயற்கைச் சாவில்
ஊறினார் தம்பீ! உண்ண
உணவிலா தொழிந்தார் தம்பீ!

பசியெனத் துடித்து மாண்ட
பழந்தமிழ் வரலா றுண்டோ?
புசியெனத் தருவ தான
புகழலால் பசிதா னுண்டோ?
'இசைகுடி மானத்' தோடும்
இயற்புகழ் உறவோ ரின்று

வசைபடு சாவில் மாயும்
வன்மையா தமிழர் வாழ்வு?

ஐயிரு திங்கள் தூக்கி
அடுத்தநாள் தரையில் தேக்கி
மெய்யிடை இதயம் வைப்பார்
வழியிலே உலகங் காண்பார்
கையிடைக் குழவிப் பாங்கின்
கலையிடை மணக்கும் தாயார்
செய்யிடை விளைந்த நெல்லைச்
சேற்றிடை வடிப்பா ரானார்!

மங்கல அணியல் லாது
மற்றுமோர் அணியில் லாதார்
செங்கனி அமுதச் சாற்றில்
தேர்ந்தநாள் மணநாள் என்றால்
கொங்கையின் முகங்கள் கூம்பிக்
குழவியர் இதழால் தேரும்
மங்கையர் திருநாள், கையில்
மழலையர் வருநா ளன்றோ!

எத்தனை கதிர்கள் கண்டார்!
எத்தனை மதியங் கண்டார்!
எத்தனை நாட்கள் பிள்ளை
எழிலுறத் துன்பங் கொண்டார்!
அத்தனை துயரும் தீர
அன்னையே குளங்கள் தேடிச்
சித்திரக் குழந்தை தன்னைச்
சிதைத்தனள் என்றால், தம்பீ!

நாடல்ல ஈது! பொய்மை
 நரகத்தின் உண்மை ஆக்கம்!
வீடல்ல ஈது! சாவில்
 வீழ்பவர் துலங்கும் பாதை!
காடென்னும் இதனை ஆளும்
 கயவர்கள் ஒழிந்தா லன்றி
ஏடெல்லாம் கொலையும் சூழும்,
 இல்லெல்லாம் களையும் சேரும்!

இன்னுமா தமிழா?

ஆங்கிலர்கள் போனார்கள்; சுதந்தி ரத்தில்
அடியெடுத்து வைத்தோம் நாம்; இந்த நாட்டைத்
தாங்கிவிட வந்தார்கள் ஆண்டு தோறும்
'ததிங்கிணத்தோம்' போடுகிறார்; வாழ்க்கை முற்றும்
வீங்கியதல் லால்வேறு விளக்கங் காணோம்!
விலைவாசி தீயாகக் கருகிப் போனோம்!
ஓங்கிவளர் மேனாட்டைச் சுற்றிச் சுற்றி
ஓடுகிற பண்டிதரும் உணர்ந்தா ரில்லை!

செயற்கையிலே சந்திரனைச் செய்வார் நாட்டில்
செபமாலை உருட்டுகிற நாட்டின் வேந்தர்
இயற்கையிலே தனக்குள்ள நீள நாக்கை
இழுத்திழுத்துக் காட்டுகிறார்! ஆண்டு தோறும்
செயற்கரிய செயல்செய்யும் அமெரிக்காவில்
செத்தவர்கள் பிழைக்கின்றார்! அங்கும் சென்று
முயற்கொம்புப் பண்டிதர்தம் பெருமை பற்றி
முழுநீளம் அளக்கின்றார்! திரும்பு கின்றார்!

ஆளின்றிப் பறக்கின்ற விமானம் அங்கே;
அலுங்காமல் செல்கின்ற ஊர்தி அங்கே!
ஆளுள்ள விமானங்கள் விழுவ திங்கே;
ஆட்கொல்லி ஊர்திபல ஊர்வ திங்கே!
நீள்கின்ற நாக்கன்றி ஏது மில்லா
நெய்வெட்டிப் பண்டிதரோ அங்கே சென்று

தோள்தட்டிப் பாடுகின்றார்! நிதியைத் தாங்கும்
சூரரெனில் கடன் வாங்க ஓடுகின்றார்!

இந்நாட்டில் செய்கின்ற சவரக் கத்தி
எழில் முகத்தைக் கிழமுகமாய் ஆக்கிக்காட்டும்!
இந்நாட்டில் செய்கின்ற காகி தத்தில்
எழுதுபவன் எழுத்துத்தான் தலையெ ழுத்து!
இந்நாட்டில் செய்கின்ற எழுது கோலை
என்னென்பேன்! ஏனென்பேன்! உழுதும் பார்ப்பேன்!
இந்நாட்டில் செய்கின்ற வாக னத்தில்
ஏறுபவன் குடும்பத்தார்க்(கு) அனுதா பங்கள்!

விஞ்ஞானத் துறையினிலே வளர்ச்சி உண்டா?
வீரமிகும் படைகள் தான் நம்பா லுண்டா?
அஞ்ஞானப் பிண்டம்போல் 'ராசன் பாபு'
அந்தணர்கள் கால்கழுவிக் குடித்துப் பார்த்து
மெஞ்ஞானம் காண்கின்றார்! மக்கள் ஆட்சி
வேடத்தை, பேடிமையைப் படைத்த தல்லால்
எஞ்ஞானம் ஆக்கிற்றாம்? தமிழா நீசொல்! எந்நாட்டில்
இதுபோலும் மடமை காண்போம்!

முட்டாள்கள் கூட்டத்தார் ஆள வந்தார்
கெட்டோமே! ஆடைக்கும் நிழலி னுக்கும்
கிள்ளுகிற பசிதீர்க்கும் உணவி னுக்கும்
கொட்டாவி விட்டோமே! விடுகின் றோமே!
குறையாத வறுமைக்கே ஆளா னோமே!
பட்டாயே! தமிழா! இம் மடையர் ஆளும்
'பாரத'த்தின் ஒற்றுமையா இன்னும் கேட்பாய்?

ஒற்றுமை வளர்ப்போம்

பொதுப்பகைவர் சூழ்வதனை அறியா தாலே
பொன்னாட்டுத் தமிழினத்தார் தங்க ளுக்குள்
புதுப்புதிய பகைகாட்டிக் கொல்கின் றாரே!
பொதுநலத்தை வேரோடு சாய்க்கின் றாரே!
மதுத்திறத்துச் சாதியினால் தமிழர் நாடு
மாண்பிழந்த வரலாற்றை முடிப்ப தற்கோர்
புதுயுகத்தைக் காணோமோ? ஓரி னத்தின்
பொருந்தியதோர் ஒற்றுமையைப் பெறமாட் டோமோ?

கொண்டவனே தன்மனையை 'நாயே' என்றால்
குடியிருக்க வந்தவர்கள் 'பேயே' என்பார்!
சண்டையிலே நம்மிருவர் உடலஞ் சாய
'தத்தார்'கள் வருகின்றார்; ஏசு கின்றார்!
மண்டலமே! தென்பாண்டி மக்கள் உள்ளம்
மாறாதோ? நல்லுறவைப் பெறமாட் டாதோ?
எண்டிசையும் புகழ்மணக்க வாழ்ந்த காலம்
இனியொருநாள் நம்மிடையே வரமாட் டாதோ?

சோழகுலம் சளுக்கியர்பால் பெண்ணெ டுத்தும்
தொண்டைவள நாட்டோரின் தோகை தன்னை
வேழநிகர் பாண்டியர்கள் விரும்பிப் பெற்றும்
வேல்வேந்தர் விற்கொடியார் சேர நாட்டார்
சோழரோடு தொடர்பேற்றும், 'மருது சேர்வை'
தொல்புகழோர் நாயக்கர் பெற்ற செல்வம்

தாழைமகள் மீனாட்சி தனைம ணந்தும்
சரிதத்தில் ஒற்றுமையை வளர்த்த நாடே!

வேரறுக்குஞ் சாதியிலே விழுந்து விட்டாய்!
விம்மியழுங் குரல்கேட்க மறந்தும் போனாய்!
நீரறுத்த நிலம்போலப் பகைமை எண்ணம்
நின்இலத்தைக் கூறாக்கிக் கொடுமை செய்யப்
போரடுத்த தோள்களெல்லாம் தினவெ டுத்துப்
புகழழித்தல் காண்கின்றாய்! வாழ்வி ழந்து,
சீரிழந்து நிற்கின்றோம்! ஆள வந்தோர்
திறமிழந்து நிற்கின்றார்! முடிவே இல்லை!

சாதியெனும் பகை உணர்ச்சி வாழுமட்டும்
தமிழ்நாட்டின் முன்னேற்றம் கானல் நீரே!
நீதிமுதல் நெறிமுறைகள் பிறக்கும் தந்து
நிலைத்திருந்த பெருமையெலாம் மண்ணிற் சாயும்
சாதியினால் நிம்மதியும் அழிந்தே போகும்
தலைமுறைகள் பலங்குன்றிச் சாயும்! அந்தச்
சாதியினைத் தவிர்த்தொன்றும் வாழ்வ தில்லை!
தமிழகமே! இனிஉனக்கும் மீட்சி இல்லை!

நாசர் பாடம்

பொதுவுடைமை என்றாலே குழப்பம் என்போம்
பொறுத்திருந்து பார்ப்போர்க்குப் புரியும்! இன்றும்
சதிபுரிவார் தீயிடுவார் சொந்த நாட்டை
தரகர்களாய் அன்னியர்க்கே அடிமை செய்வார்!
புதுமை, பொது உடைமைஎன வாயில் மக்கள்
போலிமொழி யாடிடுவார்! எந்த நாளும்
கதிரறுக்கும் அரிவாளால் கழுத்த றுப்பார்
கயவரிவர் துரோகத்தில் கட்சி கண்டோர்!

பாசத்தின் பிணைப்பெனவே சோவியத்தின்
பக்கத்தில் இருந்தவர்தான் நாசர்! அந்தத்
தேசத்தின் தலைமகனைக் கூட இந்தத்
தீக்கூட்டம் விடவில்லை! அரபு நாட்டின்
தேசிய ஒற்றுமையைக் குலைக்கும் வண்ணம்
செப்பரிய சூழ்ச்சிகளைச் செய்தும், ஈராக்
வாசலிலே அன்னியரை வரவழைக்கும்
வகைகெட்ட செய்கையினைச் செய்தும் வாழும்!

தோழர்களைப் பழிவாங்கும் நடவ டிக்கை
துரோகிகளுக் குடன்பாடே! சோவி யத்தின்
தோழரெனப் பேர்பெற்ற நாசர் இந்தத்
துட்டர்களின் செயல்கண்டு மனங்கொ தித்தார்;

கோழைகளின் திருக்கூட்டம் வளர விட்ட
குருசேவும் தன்னுருவைக் காட்டிக் கொண்டான்
ஆழியலை போன்றெழுந்த அரபு மக்கள்
அன்னியரின் பொம்மைகளை அழிப்பார்! வெல்வார்!

அன்னையரே! பெரியோரே! தாய கத்தின்
அருள்மணலில் விளையாடும் தமிழ் மக்காள்!
இன்னுமொரு புதுப்பாடம் தேவை யில்லை!
ஏகாதி பத்தியத்தின் கையாட்கள் தான்
தன்னகத்தை மாய்ப்பார்கள்! தரணிக் கிந்தப்
பொன்னுரையைத் தருகின்றார் அரபு மக்கள்:
"தன்னாட்டைத் தானாள நினைப்ப வர்க்குத்
தடைக்கல்லே பொதுவுடைமைத் தோழர் கூட்டம்!"

திபேத்தில் சதியுடைமை

'பொதுவுடைமைத் திருநாட்'டில் தலைவர் பல்லோர்
பொசுங்கிவிழச் சுடப்பட்ட செய்தி கேட்டோம்!
நதியலைபோல் அங்கேரி நாட்டி னுக்குள்
நல்லவர்கள் மாண்டதொரு நிலையுங் கண்டோம்!
புதுமைதரும் எழுத்தாளன் பாஸ்டர் நாக்கைப்
புதைபோட்ட பொதுவுடைமை கண்டோம்! நாசர்
அதிகார வரம்பினுக்குள் மாஸ்கோக் கும்பல்
அழிசெயல்கள் செய்ததையும் அறிவிற் கொண்டோம்!

இப்போது மற்றுமொரு துயரச் சேதி;
இந்தியநாட் டெல்லைவளர் திபேத்து நாட்டின்
அப்பாவி மக்களிட மிருந்து தோன்றும்!
அந்நியராம் சீனர்களை விரட்ட எண்ணி
முப்போதும் போராடும் ஏழை மக்கள்
மூச்சுவிட முடியாமல் திகைக்கின் றார்கள்!
தப்பாமல் அவர்களையும் சுட்டுக் கொன்று
தலைலாமா வைத்தேடும் பொதுமைக் கும்பல்!

இதுவேதான் பொதுவுடைமை! உலகமுற்றும்
இதைக்கொண்டே ஆளவரும் வெறிநாய்க் கூட்டம்!
சதிச்செயல்கள் பொதுவுடைமைத் தத்து வங்கள்!
தன்னுரிமை வாழ்க்கைநிலை சவக்கு ழிக்கே!
கதிகலங்கக் கொல்வதிலே கயவர் கூட்டம்
கையாளும் விசாரணையும் நாட கந்தான்!

அதிகாரம் ஒன்றேதான் குறிக்கோள்! சீச்சீ!
அலிகளிலும் பேடிகள்இவ் அகிலக் கும்பல்!

தாய்நாட்டை மாஸ்கோவில் விற்ப தற்குத்
தரகர்களாய் வாய்த்தவர்கள்! உலக மெங்கும்
பேயாட்சி செய்வதற்குப் புனித மான
பெயர்கொண்டார்! கட்டிலுக்குக் கீழே கூட
ஓயாத ஒற்றர்களை வைப்பார்! சொந்த
உணர்ச்சிகளை யும்கொல்வார்! தொழிலைக் கொல்வார்!
வாயோரம் மனிதாபி மானம் இந்த
'மாடு'களை ஒழிப்பதுதான் 'மனிதர்' வேலை!

அழுகல் வரி

பிறப்புவரி, பெற்றெடுத்த மகற்குவரி,
  பிறந்தவர்கள் இறந்து போனால்
இறப்புவரி, பொருளிடையே இருப்பவர்க்குச்
  சொத்துவரி, ஈடு பட்டுச்
சிறப்புடைய தொழில்புரிவார் செலுத்தும்வரி,
  சீனிவரி, உழவு செய்தார்
அறுப்பதற்கும் வரிபோட்டார்; அதற்குமொரு
  புதுக்கதையை ஆய்ந்து சொன்னார்!

'ஒப்பரிய விடுதலையால் ஓடிவரும்
  சுகவாழ்க்கை; உலகம் போற்றும்
செப்பரிய புதுமையெலாம் தேடிவரும்;
  நெற்குவியல் தெருக்கள் தோறும்
எப்பொழுதும் குவிந்திருக்கும்; ஏழைகளின்
  மாடியிலே இன்பம் பொங்கும்'
இப்படியே பொய்யுரைத்தார்; காய்கறிக்கும்
  வரிபோட்டார், இளைக்க வைத்தார்!

அண்டமுழு தாய்ந்தாலும் அழுகலுக்கு
  வரிபோட்டே அழவைத் தாரை(க்)
கண்டதில்லை! தென்னாட்டில் காளைகளின்
  தேர்தலுக்கே கட்சி வைத்தோர்
பண்டொருவர் படைக்காத புதுமையெல்லாம்
  வரித்துறையில் படைக்கின் றார்காண்!

துண்டுபடத் துவண்டுவிழும் ஏழையர்க்கும்
இவரேதான் துணைவ ராம்! சீ!

வாழ்க்கைவளம் அழிவதற்கோ, வரிகொடுத்தே
இளைப்பதற்கோ மக்கள் ஆட்சி?
பாழ்மனத்துப் பாவிகளின் பசிதீர்க்கும்
ஒற்றுமையோ பார தப்போர்?
வீழ்ந்திருக்கும் சமுதாயம் மென்மேலும்
வீழ்வதற்கோ காளை மாட்டை(த்)
தேர்ந்தெடுக்கக் கோருகிறார்? ஏழையரே
காளைகளின் திமிர றுப்பீர்!

சுற்றுப் பயணம்

என்னரு நண்பர் கருணா நிதியுடன்
இன்னும் சிலரும் வேலூர்ப் பகுதியில்
சுற்றுப் பயணம் துவங்கினோம் – சுற்றிச்
சொற்சூ றாவளி தூவினர் தோழர்!
சுற்றுப் பயணம் சென்றஊர்க் கெல்லாம்
தூக்கிச் செல்ல அமர்த்தப் பட்டதோர்
பழையகார்! 'ஓட்டை' படபட சத்தம்!
பாதையி லெல்லாம் தள்ளியே சென்றோம்!
சிற்சில சமயம் அதிவே கத்தில்
செல்வது முண்டு! 'பிரேக்'தா னில்லை!
வேலூர் விட்டுப் போளூர் செல்ல
வேகமாய்ச் சென்றது கார்தான்! எதிரே
பஸ்ஸது வந்தது– பயந்தான் டிரைவர்.
பளிச்செனத் திரும்ப – மயிரிழை தப்பினோம்!
இறங்கினன் டிரைவர், பஸ்ஸின் டிரைவரை
எரித்திடப் பார்த்தான்! ஆத்திரத் தோடு
''ஏடா! நான் 'பிரேக்' இன்றியே வருகிறேன்
மூடா நீயும் முன்வர லாமோ?''
என்றான்; உள்ளே இருந்தோர் போலீஸ்,
எங்களைப் பார்த்தார்; எழுதிக் கொண்டார்;
பறந்தது பஸ்; அதைப் பார்த்த படியே
நகர்ந்தது எங்கள் நாலுகால் டப்பா!

புதிய தமிழ்நாடு

செந்தமிழ் நாடெனும் போதினிலே - ஒரு
 தேள்வந்து கொட்டுது காதினிலே - எங்கள்
மந்திரி மார்என்ற பேச்சினிலே - கடல்
 மண்ணும் சிரிக்குது 'பீச்'சினிலே!

குழந்தையைக் கொல்லும் தமிழ்நாடு - பசிக்
 கொள்கை படைத்த தமிழ்நாடு-வெறும்
இலந்தைப் பழந்தின்று வாழ்வதிலே - ஒரு
 ஈடிணை யற்ற தமிழ்நாடு!

'காவிரி தென்பெண்ணை பாலாறு - தமிழ்
 கண்டதோர் வையை பொருநைநதி -என
மேவிய ஆறு' பலவினிலும் - உயர்
 வெள்ளைமணல் கொண்ட தமிழ்நாடு!

நீலத் திரைக்கடல் ஓரத்திலே - நின்று
 நித்தம் தவஞ்செய்யும் குமரிகளே - வட
மாலவன் குன்றம் தனில்ஏறி- தலை
 மழுங்கச் சிரைக்கும் தமிழ்நாடு!

கல்வி சிறந்த தமிழ்நாடு - காம
 ராசர் பிறந்த தமிழ்நாடு - நல்ல
பல்வித கேசுகள் பேப்பரிலே - வரப்
 பாரெங்கும் நாறும் தமிழ்நாடு!

வள்ளுவன் தன்னை உலகினுக்கே தந்து
 உள்ளதும் கெட்ட தமிழ்நாடு - கொலை
கொள்ளை யெனும்மிக நல்ல தொழில்களைக்
 குறைவறச் செய்யும் எழில்நாடு!

சிங்களம் புட்பகம் சாவக மாகிய
 தீவு பலவிலும் சென்றேறி - அங்கு
எங்கணும் தேயிலைத் தோட்டத்திலே - கொடி
 ஏற்றி வளர்ப்பவர் தாய்நாடு!

விண்ணை இடிக்கும் தலை இமயம் எனும்
 வெற்பை இடிக்கும் திறனுடையார் - தினம்
தொன்னை பிடித்துத் தெருவினிலே - நல்ல
 சோற்றுக் கலையும் புகழ்நாடு!

கழகக்கொடி வணக்கம்

வானகம் மேவாயே! இரு
வண்ணத் தமிழ்க் கொடியே! (வான)

தேனகம் தாயகம்
திராவிடம் வாழ்கென
நாநிலம் யாவையும்
நாடியே வாழ்த்திட... (வான)

செம்புலப் பெயல் நீர்போல் திராவிட நாட்டினர்
அன்பினில் ஒன்றாகி, அறிஞர்தம் படையாகி
தம்புவி தமக்கென்று சாற்றுதல் கேளென்று
தாரணியோர்க் கெல்லாம் பேரணி கூறிய (வான)

குறள்வழி ஆட்சியில் குளிர்தரும் காட்சிகள்
கொடுப்பதெம் கடனென்று அடித்தனம் முரசின்று
பொருள்நிறை தென்னகப் பொன்மனை வளங்கூறிப்
பூதல மேன்மக்கள் ஆசிகள் தனைக்கோரி (வான)

தாழ்ந்தனம் நாமென்று கருநிறங் காட்டி
தலைகொடுத்தே காக்கச் செந்நிறம் தீட்டி
வீழ்ந்தது போதும்நீ வீரனே விழியென்று
வீரர்கள் ஏற்றிடப் போர்முரசாய் நின்று (வான)

என் அண்ணா

சங்கத் தமிழெடுத்து
தங்கத்திலே இணைத்து
எங்கும் தருவாரடி - என் அண்ணா
இன்பத் தமிழரடி!

தென்னவன் பிள்ளையடி
தீராதி தீரரடி!
எண்ணம் நிறைந்தாரடி - என் அண்ணா
ஏற்றம் மிகுந்தாரடி!

முத்தினில் அழகிருக்கும்;
முல்லையில் மணமிருக்கும்;
மொத்தமும் நிறைந்திருக்கும் - என் அண்ணா
மொழிந்திடும் ஒரு வார்த்தையில்!

பகைவரைச் சிரிக்க வைத்தார்!
பாம்பையும் பழக்கி வைத்தார்!
வகையொடும் நூற்கள் தந்தார் - என் அண்ணா
மனவளம் மிகவே கொண்டார்!

நாட்டிற்கு ஒருவரடி!
நற்றமிழ் அறிஞரடி!
கேட்டவர் அறிவாரடி - என் அண்ணா
கீழ்க்குணம் அறியாரடி!

நமது குடும்பம்

நாமெல்லாம் ஒருகுடும்பம் ஆமாம்! சொல்லும்,
நாவெல்லாம் வாயெல்லாம் இனிக்கும் வண்ணம்!
தேனெல்லாம் பாலெல்லாம் கனிக ளெல்லாம்
தித்திக்கும் அமுதெல்லாம் கொண்ட இல்லம்!

★ ★ ★

நாமெல்லாம் ஒரு குடும்பம்! ஆகா அந்த
நயமிகுந்த வார்த்தையிற்றான் என்ன இன்பம்!

★ ★ ★

அன்னையரும் குழவிகளும் காளைக் கூட்டம்
அத்தனையும் உண்டிந்த வீட்டில், இங்கே
முன்னையரின் அடிச்சுவடும் அவர்கள் வைத்த
முழுமுதலாம் போர்க்குணமும் குறைவே இல்லை!
நன்னெறியும், கலைமனமும் நவில வொண்ணா
நலம்பாடும் கவிஞர்களும், அறிவின் கோவும்
பன்னெடுநாள் ஆண்டிருந்தோர் சரித்தி ரத்தைப்
பகுத்தெடுத்து வைப்பார்கள் பலரும் உண்டு!
என்னஇலை? இழிந்தகுணம் கீழாம் போக்கு
எள்மூக்கு முனையளவும் இல்லை யென்பேன்!
சொன்னமலை யவ்வளவு அறிவும், மாந்தர்
துயரறுக்கும் அரிவாளும் கோடி உண்டு!
நாமெல்லாம் ஒருகுடும்பம்! ஆகா! அந்த
நயமிகுந்த வார்த்தையிற்றான் என்ன இன்பம்!

அறிஞர் - தலைவர் - அண்ணா

(இது 'அண்ணா அறிஞரா?' என்று கேட்கும் குறைமதியினருக்குப் பதில் தரும் முறையில் எழுதப்பட்ட கவிதை:)

''அறிஞரெனச் சொல்கிறாய்; எதனால் அன்னார்
அறிஞரடா?' என்கின்றாய்! அறைகின்றேன்; கேள்:
வறிஞரென ஒரு சாதி மாநிலத்தில்
வாழுநிலை கண்டார்கள் பலபே ருண்டு!
வறுமையிலே அவர் வீழ்ந்த காரணந்தான்
வகையாகச் சொன்னதில்லை! அவர்க ளூடு
முறையோடு ஆராய்ந்து விளக்கம் கண்டு
முடிவெடுத்து முன் வைத்தார் ஒருவ ருண்டேல்
அறியாய்நீ! நாடறியும்! அவர்தான் அண்ணா!
அறிவறிந்த மக்களுக்கு அறிஞர் அண்ணா!

★ ★ ★

வம்பர்களின் மனக்கோளா றாலே நாட்டில்
வகைகெட்ட ராமகதை மதிப்பே றிற்று!
சிம்புகட்டி அதைமக்கள் மனதி லேற்றி
சிறுகூட்டம் செய்தசதிக் கெதிர் விளக்கம்
கம்பரசம்! எண்ணிக்கொள் ஒன்று! சாதிக்
கயவர்களின் திமிரடங்கும் குமரிக் கோட்டம்!
அம்புவியில் தனிப்பாதை அவர் செவ்வாழை!
அட 'தாழ்ந்த தமிழகமே!' அவர் தம்பாளை!
எத்தனைதான் படித்தாலும் சலிப் பேறாது
எடுத்தெடுத்துச் சொன்னாலும் சுவை தீராது!
அத்தனையும் நம்மக்கள் அறிவுக் கெல்லை
அணுவளவும் வெறும்காதை இலவே இல்லை!
அழகுமொழி - இழைகருத்து தெளிவாய்ச் சொன்னார்!
அதனாலே அவர்அறிஞர் அண்ணா வானார்!

★ ★ ★

குத்துங்கால் நறுக்கென்னும் ஊசி, ஆனால்
கோணியிலே பாய்கின்ற ஊசி யல்ல!
வெத்தூசி அல்லவடா! நோயைத் தீர்க்கும்
மெல்லியதோர் - வைத்தியன் கை - ஊசி யாகும்!

சித்திரச்சொல் முத்தாரங் கொட்டும்; கேட்போர்
சிலையாகி வாய்பிளந்து 'ஆகா' வென்பார்!
பத்தியத்தோ டச்சொல்லை உண்டு பார்த்தால்
பலகால நோயும் பைத்தியமும் தீரும்!
அறிஞரல்ல எனச்சொல்லு சும்மா; ஆனால்,
அவர்கொடுக்கும் மருந்தை யும்நீ உண்டுபாரு!
உறுதியுடன் சொல்கின்றேன், உனக்கி ருக்கும்
ஒருகோடி நோயுமுடன் விலகிப் போகும்!
பலநோய்க்கும் பகுத்தறிவு மருந்து தந்தார்
பார்புகழ் அவர்அறிஞர் அண்ணா வானார்!

★ ★ ★

அபஸ்வரத்தில் பாடுகிறார் தந்தை; ஆகா!
அதுபோல வேறுபாட் டெங்கே உண்டு?
சுபஸ்வரத்தால் அபஸ்வரத்தைத் தோற் கடித்தார்
சுயநலமில் லாததனிப் பெரிய தந்தை
இதுவன்றோ நற்பாட்டு! இவரைப் போல
எமக்கரிய தலைவர்வே றெங்கே உண்டு?
சுதிவிட்டு நானுமிதோ பாடு கின்றேன்
எனப்பாடும் திருவாளர்க் கிவர்தான் நஞ்சு!

சரியாகப் பாடு; இசை தவறி டாதே!
தவறான இசைக்குப் போடாதே தாளம்!
அறிவாக இதைச் சொல்வார் அமைதியோடு
அதுகேட்கும் புல்லறிஞர் சீறிப் பாய்வார்!
இழிவான மொழியெல்லாம் கக்கி வீசி

இழவுக்கு வந்தவளை அறுப்பார் தாலி!
அதுபோதும் அன்னாரைச் சினந்து நோக்கார்!
அதனாலே அவர்அறிஞர் அண்ணா வானார்!
அறிஞரென நீஒப்பாய்; ஆனால் நல்ல
அறிவுள்ள மனித ரெல்லாம் ஒப்புகின்றார்!
உரிமையுடன் சொல்கின்றேன், அவர்எம் அண்ணா!
உடன் பிறந்தோர் இருந்தாலும் அவர் தான் அண்ணா.

குயில்

ஆயிரந்தான் இருந்தாலும் நமது நெஞ்சில்
அழியாது புதுசேரிக் குயிலின் கானம்
பாயிரந்தான் மற்றவர்கள் கவிதை யாவும்;
பண்பான காவியங்கள் குயிலின் சொத்து!

★ ★ ★

'நிமிர்ந்த நடை: நேர்கொண்ட பார்வை; இந்த
நிலத்தினிலே யாருக்கும் அஞ்சாச் சிம்மம்'
குனிந்தஇரு புருவத்தின் கீழே நின்று
கூர்கட்டிப் பாய்வழியே கவிதை போலும்
அதிர்ந்ததிந்தப் பூமிஅவர் நடையில் என்றால்
அழகுதமிழ் நடையினையும் சேர்த்தே சொன்னேன்!
அரைக்கவிதை குறைக்கவிதை அறியாக் கோமான்
அவர் கவிதை கள்ளல்ல; காதற்கண்ணி!
நினைதோறும் நினைதோறும் இனிப்ப தாலே
நேர்கவிதை காவல்தரும் கன்னி யென்றேன்!

★ ★ ★

கவிஞரவர் உள்ளத்தில் களங்க மில்லை
கனல்கக்கும் வேளையிலும் களங்க மில்லை!
புவியரசில் மேலான புதுவை மன்னன்
பொருந்தியநம் குடும்பத்தில் ஒருவனே தான்!

முதல் தம்பி

துன்பத்தின் மத்தியிலே பிறவா னேனும்
துயர் துடைக்கும் எண்ணத்தாற் பொதுவாழ் வுற்றோர்
சம்பத்தின் பெயர்சொன்னால் ஏதோ உள்ளில்
தனிமகிழ்வு கொள்வதனை இதயம் கூறும்!
'அழகு முகம், பால்வடியும் இளமை!' என்ன
அகநானூ றடுக்குகிறாய் என்கின் றீரோ?
பழகுபவர் மனைவியெனில் அகநா னூறே!
பகைவர்களுக் கவ்வழகே புறநா னூறாம்!
நாகரிகப் பண்பாடு தேவை யென்றால்
நான் சொல்வேன் சம்பத்தைக் காண்பீரென்று!

★★★

அந்தஒரு புன்னகையில் அர்த்தம் கோடி
அத்தனையும் திராவிடரின் வாழ்வு நாடி!
சொந்தமென நெருங்கியவர் அறிவார், அன்னான்
துளிவிஷமும் அறியாத தூய நெஞ்சை!
பழக்கத்தால் பாசத்தால் இன்கு ணத்தால்
படித்தறிந்து பேசுகின்ற உணர்ந்த பேச்சால்
பழக்கொத்தே போல்இனிய நெஞ்சத் தாலே
பனிமொழியன் நம்குடும்பங் கண்ட தம்பி!

தம்பி –2

தமிழுக்கு ஒருபெருமை வார்த்தை யெல்லாம்
தவழ்ந்துவரும் வேளையிலும் அழுத்தம் மிக்கும்!
அமிழ்துக்கும் அவ்அழுத்தம் உண்டென்பார்போல்
அடுக்கிவிடும் சொற்கோமான்! மன்றம் கண்டோன்!
நெடுஞ்செழியப் பாண்டியனின் பெயரென் றாலே
நேரான நடத்தையொடு நீதி நிற்கும்!
கடுஞ்சுவடிக் கவிதையெலாம் கனிவாய்க் கூறும்

கலையமுதன், ஒழுக்கத்தில் தளராத் தம்பி!
நகைச்சுவையா? எடுத்துக்கொள்! வகுப்புக் காக
நாடாளும் அமைச்சருக்கு எதிர்ப்புப் பாட்டா?
பகைப் புலத்தார் நடுநடுங்க விளக்கந்தானே?
பதறாமல் கேள்; இந்தத் தம்பி சொல்வார்!
அன்புக்கும் அறிவுக்கும் மன்றங் கண்ட
அறிஞர்நெடுஞ் செழியனெனில் யாரே ஒப்பார்!

தம்பி – 3

கதை யுரைப்பார்; கவிதை செய்வார்;
கலைய ரங்கில் தான் நடிப்பார்!
வதை மிகுந்த நாட்டினுக்காய்
வன் சிறையில் தவம் புரிந்து
எதை நினைக்கும் வேளை யிலும்
என் கழகம் என் கழகம்
அதை மறவேன் என்றறை வார்?
ஆர்வத் தின் மொத்த உரு!
இள மீசை, புது மீசை
என் றாலும் தமிழ் உருவில்
வளர் மீசை கொண்ட இவர்
வற்றாத கலைத் தம்பி!
நட்பினுக் கோர் பிசி ராந்தை
நம்கரு ணாநிதி யென்பேன்!

தம்பி – 4

குறுகியதோர் உருவம்; எனிற் பரந்த உள்ளம்!
'குறள்போலும்!' எனக்கூறின் மிகையா காது!
அறிவினிலே வளங்கொண்டான்; அன்பின் ஊற்று
'அடந்தடுத்து' நம்உள்ளில் இடம்பிடித் தோன்!
இடக்கையில் புகைமணக்கும் வெண் சுருட்டில்

எரிதீயும் சிந்தனையில் பகை கருக்கும்!
நடக்கையிலே பின்னின்று பார்த்தால் ஆகா!
நம்வீட்டுப் பிள்ளை நடைபோ லிருக்கும்!
நிதியென்னில் குவையென்னில் குறைவே-அண்ணா
நெஞ்சில் மதியழகன் நிறைவான தம்பி!

தம்பி – 5

'யார்இந்த மெக்கார்த்தி?' என்பர் சில்லோர்
'யானைவெடி வார்த்தையினன்,' என்பர் சில்லோர்
'போர்கொண்ட நெஞ்சத்தான்' என்பர் சில்லோர்
'பொறுமையிலே பூமிஇவர்' என்பேனே நான்!
மார்பகலம் குறைவெனிலும் வளரும் எண்ணம்!
மனக்கோட்டை இல்லையெனிலும் செயலில் மன்னன்!
நார்உரித்த வாழையென மெலிந்த மேனி
நடையெல்லாம் அடலேறாம்! பார்வை அஃதே!
'நான்சொல்வேன்' எனத்துணிந்து ஒருவர் சொன்னால்
நம்பிக்கை அவ்வளவு அதிக மென்போம்!

தான்சொல்லும் எல்லாமும் தானே சொல்வார்!
சங்கதிகள் இரவல்பெறும் வழக்க மில்லை!
காங்கிரசின் கோட்டையிலே காவல் காத்தார்!
காணவந்த நண்பருடன் கோட்டை நீங்கி
தாங்கவொணா மகிழ்ச்சியிலே அண்ணா வின்பின்
தமிழ்ஒலித்த நடராசன் தங்கக் கம்பி!

நாமெல்லாம் ஒரு குடும்பம் ஆகா! அந்த
நயமிகுந்த வார்த்தையிற்றான் என்ன இன்பம்!

கடற்கரையில் அண்ணா!

மங்கையர் சிரிப்பி னுள்ளே
    வாலிபக் கவர்ச்சி தேங்கும்
வாணிகர் சிரிப்பி னூடே
    வாணிபத் திறமை தேங்கும்
பொங்குமென் அருமை அண்ணாப்
    புலவனின் சிரிப்பி னுள்ளே
சங்கமுத் தமிழும் நாட்டுச்
    சனத்திரள் யாவும் தேங்கும்!

கண்படு தூரம் மட்டும்
    காளையர் கூட்டம் - என்றும்
மண்படு கடலோ ரத்தில்
    வளர்தலைப் பெருக்கம் - அங்கு
பண்படு மொழியான் எங்கள்
    பைந்தமிழ் அமுதச் சொல்லான்
*தன்படைப் பெருக்கத் தால்இத்
    தாரணி சிறுக்கக் கண்டான்!

★ 'பார்சிறுத்தலிற் படை பெருத்தவோ
   படைபெருத்தலிற் பார்சிறுத்தவோ' - எனும்
   பழம்பாடல் இவ்வாறு கையாளப்பட்டது.

வீசுமென் தென்றல் போலும்
  வெண்ணில வொளியே போலும்
காசறு மலரின் மேவும்
  கவின்மிகு மணமே போலும்
பாசமும் அறிவும் சேர்க்கும்
  பனிமொழி அடுக்கை வாரி
வீசினான்! பலபேர் அஃது
  பாட்டென விளம்பிப் போனார்!

எட்டுத் திசையிலும் நாம்

எட்டுத் திசையிலும் நாம்வளர்ந்தோம் - நமை
எத்திப்பிழைப்பவர் சீறுகின்றார் - அண்ணன்
சுட்டு விரற்கடை தூக்கிவிட்டால் - அவர்
தூளுக்கும் தூளெனக் கூவிடடா!
பட்ட வடுக்களைக் காட்டிடடா! - அதிற்
பாடும் துணிவினைக் கூறிடடா! இனித்
துட்டர்கள் பின்புறம் தாக்கவந்தால் - அவர்
தோளெங்கள் தாளுக்கென் றோதிடடா!

நட்ட நடுநிசி வேளையிலே - அந்த
நாயகர் பெற்ற சுதந்திரமே - பிறர்
தொட்டுக் கொடுத்த சுதந்திரந்தான் - அந்தச்
சூரர்கள் போரிட்டுப் பெற்றதில்லை!
கட்டிக் கழகத்தைக் காத்துவரும் - அண்ணன்
காளையர் தம்மை அழைத்துவிட்டால் - கையில்
கட்டி யிருக்கும் விலங்கினைநாம் - வளர்
காற்றில் பறக்க உடைத்திடுவோம்!

வானில் பறப்பது நம்கொடிதான் - மொழி
வண்ண மடைந்ததும் நம்வழிதான் - அந்தப்
பூனைகளும் கொஞ்சம் புத்தி யடைந்திடப்
போதனை செய்ததும் நம்மவர்தாம்!
ஆனை நிகர்த்தநம் சேனைபலம் - தனை
ஆறறி வுள்ளவர் ஒப்புகின்றார்! - உடல்

கூனிய காங்கிரஸ் கோமகனார் மட்டும்
குக்கல் மதியினைக் காட்டு கின்றார்!

கான மகுடிமுன் ஆடுகையில் - கரு
நாகத்திலும் கலை கண்டிடுவார் - அது
தானும் கொதித்துக் கடிக்கவந்தால் - அதன்
சங்கடம் தீர்த்திடும் செய்கையைப் போல்,
'போனது போகட்டும் வாருமையா!' எனப்
புத்தி மதிசொல்லிக் கூப்பிடுவோம்!' - இல்லை
ஆனது ஆகட்டும் பார்ப்ப'மென்றால் - அவர்
ஆடி விழுந்திடப் போர்தொடுப் போம்!

தாயைப் பிரிந்தவர் சிங்களத்தில் - அண்ணன்
தன்னைப் பிரிந்தவர் புட்பகத்தில் - இளஞ்
சேயை மனைவியை வீட்டைப் பிரிந்தவர்
தேம்பி அழுவது சாவகத்தில்!
தூய இவர்கள் பிரிந்ததெல்லாம் - வெறும்
சோற்றுக்கடா! வெறும் சோற்றுக்கடா! - தெரு
நாயி லிழிந்தவர் வாடுகையில் - வட
நாட்டவர் எங்கணும் வாழுகிறார்!

அன்னை திராவிடப் பொன்னாடே! - உன்
ஆணை! தமிழ்மொழி மீதாணை!
மண்ணைப் பிரிந்தவர் மீண்டுமிங்கே - வரும்
மார்க்கத்தைக் காண முயன்றிடு வோம்!
அன்னையுன் நாட்டைப் பிரித்திடுவோம்! - இல்லை
ஆவி அழிந்திடக் கண்டிடு வோம்!
கண்ணையும் காலையும் வெட்டியபின் - இந்தக்
காய மிருந்தென்ன! போயென்ன தம்பி?

வருக! வருக!

தென்தமிழ் வளர்த்த செல்வ!
    தென்திசை வணங்கும் வீர!
புன்மைகள் தீர்த்த நேய!
    புலவர்கள் போற்றும் தீர!
திண்மைசேர் தமிழர் நாடு
    திராவிடம் இருண்ட காலை
வண்மைசேர் ஒளியை நல்க
    வந்தனை! வருக! வாழ்க!

சதியினால் வீழ்ந்து விட்டார்
    தமிழர்கள்; அந்த நாளில்
கதியிலா திருந்தார்; கண்கள்
    கலங்கினார்; கலக்கந் தீரப்
புதியதோர் அறிவுப் பாதை
    புத்துணர் வெடுத்துத் தந்தாய்;
வதியுமித் தமிழர் மக்கள்
    வாயுற வாழ்த்த வந்தாய்!

குன்றத்து விளக்காய் நின்று
    குவிஇருள் தீர்த்த அண்ணால்!
குன்றத்தூர் தமிழர் இங்கே
    குவிந்துளார் உம்மை வாழ்த்த!
தென்றற்றேர் ஏறும் செல்வத்
    தீந்தமிழ் நாவில் கூட்டி

இன்றத்தைச் செய்கின் றார்;நீர்
ஏற்றெமை மகிழ்விப் பீரே!

நீரின்றி நிலத்து மக்கள்
நீள்பசி தீரா தன்றோ
காரின்றி நீரின் தேக்கம்
காண்பது அரிதே யன்றோ?
வேரின்றி மரங்கள் வாழும்
வித்தையும் காணோ மன்றோ?
நீரின்றித் தமிழர் வாழும்
நிலையினைக் காண்பார் யாரோ?

ஆய்ந்தொரு பொருளைத் தேடி
அளிப்பவர் தமிழர் நாட்டில்
தேய்ந்தநாள் பிறந்தீர்; மீண்டும்
சிறப்புற வளர்த்தீர்! தெற்கில்
ஓய்ந்ததோர் இனிமைப் பாட்டை
உயிர்பெறச் செய்தீர்! இங்கே
மாய்ந்ததோர் தமிழை மீண்டும்
வாழ்வுற வைத்தீர் வாழ்க!

வருகவென் றழைக்கும் காலை
வாயெலாம் சுவையின் தேக்கம்
பெருகிடும் பாசம்! ஒன்றாய்ப்
பிறந்ததால் வளரும் இன்பம்!
உருகிய அன்பின் தேரில்
உவந்தெழும் கண்ணீர்! ஐய
வருகநீர்! வருக நாங்கள்
மகிழ்வுற வருக அண்ணால்!

அகமும் முகமும் மலர வரவேற்கின்றோம்

தென்புலப் பெரியீர்! திராவிடக் குடியீர்!
அன்புறுங் குணத்தீர்! அடுகளப் படையீர்!
முன்னவன் சோழன் மொழிவழி நின்ற
தென்னவன் - ஆண்ட திருச்சியில் எங்கள்
மாசறு தோழர் மணிவிளக் கனையர்
பாசறை அமைத்துப் பாப்பல பாடும்
கண்குளிர் காட்சியைக் கண்டிட வாரீர்!
விண்தொடும் சொல்நலம் விளங்கிட வாரீர்!
ஊர்நலம் தேடி உடல்நலம் தேய்ந்து
பேர்நலம் நாடாப் பெரும்பணி புரிந்து
விழியை இமைதொட வழியொன் றறியா
வியப்புறுந் தொண்டே வீரத் தொண்டென
அல்லும் பகலும் அயரா துழைக்கும்
நல்லவர், பெற்றோர் மனைமக் கள்என
உள்ளவ ரோடும் ஒன்று திரண்டு
கூடிக் கூடிக் குலநலம் பேசி
ஆடிப் பாடி அன்பு கலந்து
மகிழும் திருநாள் மங்காப் பொன்னொளி
தவழும் நன்னாள்! தனிநாள் காண
வாரீர்! வாரீர்! வாய்மனம் விழிஒரு
சேர உமைவர வேற்றிடும்! அந்தத்

தேன்மணம் பரப்பும் நாளே, திராவிட
மான மறவர் வாழும் வகையை
வகுத்தும் தொகுத்தும் வைக்கும் நாளாம்!
பகுத்துள் ளுணர்வால் பலப்பல காணும்
நல்லறி ஞர்தம் சொல்நயம் கேட்கத்
தொல்லைகள் தீரும், சுடரொளி பொங்கும்!

ஆந்நாள்,

புலிக்கொடி பறந்த பூமியில் நமது
புகழ்க்கொடி பறக்கும் பொன்னாள்! ஆதலின்
சிறுமதி யாளர் பெருமதி பெறுவர்;
திரும்பிய முதுகை விரும்பிய வண்ணம்
தாக்கிடும் பேடிமை தலைகுனிந்திடும்; மிகப்
போக்கிடம் அறியாப் புல்லர்கள் கூட்டம்
ஆறறி வுறும்நல் அன்பினிற் றோய்ந்த
கூரறி வாளர் குளிர்முகம் கண்டு
நல்லார் உள்ளம் நனிபசும் பாலின்
தெள்ளிய வெண்ணெய் தீப்பட் டதுபோல்
உருகும்; உருகி உள்ளம் கண்களில்
பெருகும்; அந்தப் பெருக்கம் பகைவர்
கல்நெஞ் சினையும் நல்நெஞ் சாக்கிச்
சொல்வழி வாய்வழி தூய்மை வழங்கும்!

ஆங்கே,

தனக்கொரு வாழ்வு தனக்கொரு சுகமென
நினைக்கவும் அறியா நேர்மதி யாளர்
அண்ணாத் துரையெனும் அஞ்சா நெஞ்சினன்
கண்ணியன் சொல்லிற் கனலும் தேனும்

அள்ளி வழங்கி ஐம்பெருங் காப்பியம்
தெள்ளிதின் ஆய்ந்த கீர்த்தியை விளக்கி
வள்ளுவன் குறளின் வழிவகை கூறி
'கள்ளோ? சொல்லோ? கண்களை இழுக்கும்
போதை உடையது! ஆதலின் இதுவெறும்
சொல்லல; கள்ளே! சொல்லுருக் கொண்ட
கள்ளே!' எனும்படி, கவினுறு பேச்சில்
பகைவரின் நெஞ்சையும் பக்கம் இழுத்து
மகிழ்வுறச் செய்வான்; மகிழ்வுறும் நாடு!
அன்னவன் துணையிற் பண்மணம் பெற்ற
தென்னவன்; மன்றிற் றெளிந்த சீரினன்;
இராநெடுஞ் செழியன்! இலக்கணப் பிழைச்சொல்
தராநெடுஞ் செழியன்! தன்னல எண்ணம்
வராநெடுஞ் செழியன்! மண்டல மக்கட்(கு)
ஒரேநெடுஞ் செழியன்! உன்னத மொழிக்கோர்
புறாஎனும் படியும், போர்புரி வேளையிற்
புலிஎனும் படியும்- புன்னகை தேக்கித்
தொடரும் மொழியில் சுவைபல தேக்கிப்
படரும் பொழுதே பருத்தது கொடிஎன
மகிழும் வண்ணம் வழங்குவன் பற்பல
தவமும் கருத்தும் தாரணி வீறுறும்!

அன்றியும்,

'ஒருசொல் பல்பொருள்' தரும்என் தோழன்
சிறுசொல் லறியாச் செம்மதிக் குன்று
புன்னகை விழியார் சின்னவர் பெரியவர்
கன்னியர் அன்னையர் காளையர் நெஞ்சில்
இடங்கொண் டிருக்கும் இணையறு செம்மல்
விடமறி யாத வெண்மனத் தளபதி

நம்பித் தொடரும் நல்லவர் தோழன்
சம்பத் வருவான்; தரணியை ஆளும்
துரும்புக ளெல்லாம் சூறையிற் பறக்கும்!
அரும்பும் புதுமணம் அரசியல் தெளியும்
அண்ணாத் துரையின் கண்களில் ஒன்றென
அந்நாள் முதலாய் இந்நாள் வரைக்கும்
அழியா இடத்தில் நிலையாய் நிலவும்
பிழையா மனத்தன் பெருநட ராசன்
குழந்தை மனத்தொடு வருவன், கூட
இழைந்து தமிழும் இன்புறத் தொடரும்!
மற்றும் தம்பியர் சுற்றம் சூழ
பற்றும் பாசமும் வற்றா தொழுக
வருவர்! பொழிவர்! வாரி வழங்குவர்!
தருவர் அடுக்கித் தங்கத் தட்டினில்
வாரீர்! கேட்டு மகிழ்வுற வாரீர்!
தீரா விடத்தைத் தீர்த்துத் தென்னகம்
மாறாத் திராவிட மாண்பு கொள்ளஓர்
வழிவகை காண்போம், வாரீர்! வாரீர்!
வாழிய திராவிடம்! வாழிய கழகமே!

போர் முழக்கம்

(படை நடைப்பாட்டு)

வேலெடுத்து வில்லெடுத்து வீரர் கூடுவார் - இவர்
வெல்கவென்று மாதர்நின்று வாழ்த்துப் பாடுவார்!
மேலெழுந்து பாய்ந்தடித்து வெற்றி காணுவார் - அவர்
வீரவாழ்வைப் பாடலாகப் பாணர் பாடுவார்!
காலமுற்றும் பேர்படைத்த கன்னி நாட்டிலே - இரு
காதறுந்த மூளிஇன்று ஆள வந்ததே!
வாலறுந்த மந்தியாய்நம் மாளிகைக் குளே-தன்
மானமற்ற இந்திஇன்று வாழ வந்ததே!
பொங்குமுத் தமிழ்க்கு டத்தைப் போட்டுடைப் பதோ- நாம்
பூனையாகி மானமின்றிப் பார்த்தி ருப்பதோ
சிங்கமொன்று நாயிடத்துச் சேவை செய்வதோ- அதைச்
செய்துவைத்த சட்டமென்று நாமுங் கொள்வதோ?
திங்களைவி ழுங்கவந்த தீய நாக்கினைக் - கூறு
செய்தடித்து வாய்கிழித்துச் செய்வம் ஆக்கினை!
சங்கொலித்தெ ழுந்துவீரம் தாங்கி ஓடுவோம்- போட்ட
தாழ்திறந்து இந்திநாயைக் கொன்று பாடுவோம்!
என்குலத்தர் என்னினத்தர் என்ன கத்துளார் - இவர்
இந்திபேசித் தாய்மறக்கத் தன்மனம் பொறார்!
பொன்னிழந்து வாழ்விழந்து சாய்ந்தபோதிலும் - மாதா
பூவிழந்து பொட்டிழந்து போன போதிலும்
கண்ணிழப்ப தில்லையென்று போரி லேறுவார்- மூடர்
கண்டிருக்கத் தென்னகத்தார் நீதி காணுவார்!
இன்றுவீரர் நன்றுகாண ஒன்று கூடுவார் - இவர்
என்று மெங்கள் மக்கள்வாழ வெற்றி காணுவார்!

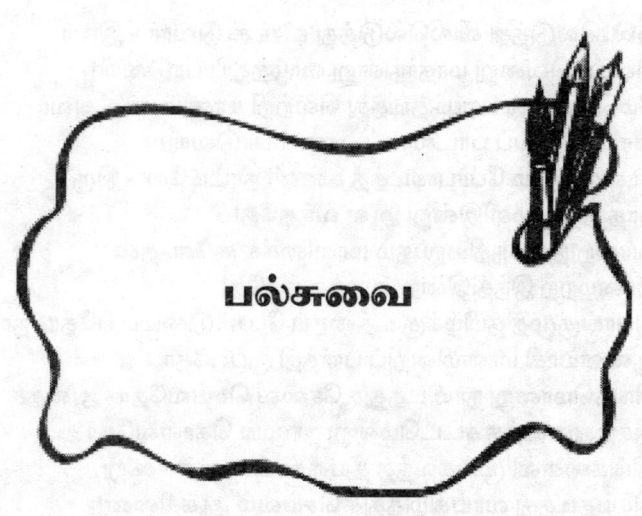
பல்சுவை

தலைவனல்ல - தத்துவம்

இருண்ட தமிழ்நாட் டரசியல் வானில்
இலங்கத் தோன்றிய இணையிலா நிலவு!

மருண்ட கண்களில் மருட்சியை நீக்கி
மயக்கந் தீர்த்த மாபெருந் தலைவன்!

அன்னைத் தமிழை அரியா சனத்தில்
அமர்த்தத் தோன்றிய அடலே றனையன்!

'காய்தல் உவத்தல் அகற்றிப் பொருளை
ஆய்தல்' அறிந்த அறிவின் வடிவம்!

'சொல்லுதல் வல்லான்; சோர்விலான்; தன்னை
வெல்லுவர்' இல்லா வெற்றிப் பெருந்தகை!

அயரா உழைப்பின் அருந்தவச் செம்மல்!
உயர்குடித் தோன்றிய உத்தமத் தோழன்!

கதவை இழந்த கன்னித்தமிழ் நாட்டின்
கதவாய்த் தோன்றிய காவல் தலைவன்!

முந்நீர் வையம் முற்றும் ஒருங்கே
தன்னொடுந் தொடரத் தனிவழி கண்டோன்!

வயதில் இளைஞன்! வனப்பில் அழகன்!
நினைவில் அறிஞன்! நிலையில் உயர்ந்தோன்!

இன்று தாயகம் இவனைத் துணையாய்க்
கொண்டு தன்மனக் குறையைத் தீர்த்தது!

நாளை உலகம் இவனையே நத்தும்!
நாளைத் தமிழர் நலிவினை நீக்க,

இவனே கதிராய் எழுவான்; தமிழர்
போற்றும் பெருமை புகழ்பல பெறுவான்!

அறத்தில் வளர்ந்த தாய்த்தமிழ் இவன்சொல்
உரத்தில் வாழும்! உயர்நிலை காணும்!

சம்பத் என்பது தனிமனி தன்அல!
தத்துவம்! ஆமாம்! தமிழர் தரணியில்

தழைக்கப் பிறந்த தானையன்! வாழ்க!

(தமிழ் தேசியக் கட்சி துவக்கியபோது பாடப்பட்டது)

தமிழ்த் தேசிய கீதம்

எங்கள் அன்னை எங்கள்நாடு எங்கள்மக்கள் வாழ்கவே
இன்பமுத் தமிழ்வளர்த்த தங்கமக்கள் வாழ்கவே
சிங்கமென் றிலங்கைவென்ற தென்னகத்தார் வாழ்கவே
செம்மை அன்பு பண்புமிக்க செல்வமக்கள் வாழ்கவே!
காடுவெட்டி நாடுகண்ட கைகளோங்கி வாழ்கவே!
கள்ளமற்ற உள்ளம்பெற்ற கன்னிமக்கள் வாழ்கவே!
ஏடுநூறு கவிதைகோடி எழுதிவைத்த புலவரும்
இளையமாதர் கலையுளாரும் இனிதுவாழ்க! வாழ்கவே!
அலைகடந்து மலைகடந்து அவதிகொண்ட தமிழினம்
நிலையிழந்து வழிமறந்து நின்றுவிட்ட தனியினம்
தலைநிமிர்ந்து தனையுணர்ந்து தாயிடத்து வருகவே
தமிழராளும் தமிழர்நாட்டில் தகைமையோடு வாழ்கவே!
உலகிலுள்ள மனிதவர்க்கம் பெறுவதான புகழெலாம்
உயர்வுகொண்ட தமிழர் எங்கள் தலைமுறைக்குள் பெறுகவே!

அலையிருக்கும் மலையிருக்கும் காற்றிருக்கும் நாள்வரை
அறிவிருக்கும் தமிழர்நாடு ஒளிபடைத்து வாழ்கவே!
பொன்னிவைகை பொருநைவாழ்க! பூமியுள்ள நாள்வரை
பொங்குமெங்கள் குமரிதொட்டு வேங்கடத்து மலைவரை
மன்னராண்ட மதுரைதஞ்சை காஞ்சியோ டுறந்தையும்
மறவர் நாடும் உலகமுற்றும் வாழ்கவாழ்க வாழ்க வே!

மாதவி

காவிரியாள் ஓடிக் கலக்கும் புகாரப் பதியில்
தேவியரை விட்டுத் தீங்கனியின் பின்போன
கோவலனைப் பாடும் குட்டுவனுக் கிளங்கோவின்
காவியத்தைக் கண்டேன்; கலங்கினேன்! பாவிமகன்
மாதேவியைப் பாதி வழியில் நிறுத்திவிட்டு
போதவிழ்ந்த மின்னாள் பொற்பினையே பாடுகிறான்
வேட்டுக் கலந்து வேட்கை தணிந்தவுடன்
பாட்டைப் பொருளாக்கிப் பைய நழுவியவன்
கூடல் நகரிற் கொலையுண்ட செய்தியையும்
கோதை வணிகமகள் கொதித்தெழுந்த செய்தியையும்
மாட மதுரை மழைபோலும் தீவாயில்
வாடி வதங்கியதும் வாயாரக் கூறுகிறான்!
ஆடற் கணிகை, அன்பின் கருப்பொருளைப்
பாடுங் கனியமுதம், பட்டதுயர் கூறாமல்
கண்ணகியைப் பாடும் கவியும் கவியாமோ?
என்னகவி இந்த இளங்கோ உரைத்தகவி!
தோழி வசந்தி தூதுபோய் ஓர்முடங்கல்,
கூல மறுகில் கோவலன்பால் தந்ததையும்
கூடல் வழியில் கோவலனைச் சந்தித்துக்
கோசிகனார் தந்து குழைந்த முடங்கலையும்
பாடிவிட்டால் மட்டும் பாவநிலை முழுதாமோ?
ஐயோ, மாதவி!
நாடகத்தார் நின்னை நாட்டிற்குக் காட்டிவரும்

கேவலத்தை நீக்கிக் கிளர்ச்சி புரியோமோ?
பாடிச் சிலம்பெடுத்த பாவாணன் இளங்கோவின்
காவியத்தை நீட்டிஉன்றன் கற்புநிலை கூறோமோ?
ஆடல் அரங்கேற அரசனொரு மாலைதர
கூடுந் தெருவிலொரு கூனிஅதை விலைகூற
ஆயிரத்து எண்கழஞ்சு பொன்தந்து அன்னமுனைக்
கூடத் துடித்துக் கொதித்தோடி வந்தவனை
'வா'வென்று தாள்பணிந்து, வாசல் வழிதிறந்து,
ஆவி கலந்து அருகிருந்து தோள்தழுவி
அல்லும் பகலும் அவனே உலகமெனச்
சொல்லில் உடலில் துளிர்க்கும் நினைவில் ஒரு
கள்ளங் கலவாது காதல் புரிந்தாயே!
அன்னவனைக் குறிவைத்தா அனுப்பினாய் மாலைதனை?
மாலை பெற்றநம்பி மணம்புரிவான் என்றாய்நீ!
வந்தான்; இருந்தான்; நீ வாய்திறந்து கேட்காமல்
தந்தான் பொருள்பலவும்; தன்னை மறந்திருந்தான்!
கானல் வரிபாடக் கற்பனையில் நீபாட
ஞானமில் லாதமகன் நலமிழந்தாய் நீஎன்றான்!
கட்டிலிலும் மெத்தையிலும் கண்ணுறங்க நேரமின்றி
தொட்டு விளையாடிச் சுகித்திருந்த வேளைகளில்
நின்நலத்தை அறியானோ? நின்பெருமை உணரானோ?
முன்உணர்ந்த பெருமையெல்லாம் மூண்டதொரு பாடலிலே
சிக்கிச் சிதறித் திசைமாறிப் போய்விடுமோ?
பாட்டைக் குறித்துப் பறந்துவிட்டான்! உண்மையிலே
மோகந் தவிர்ந்ததனால் செய்துவிட்ட மோசம்அது!
மோசம் புரிந்தவனை மோகனமே இகழ்ந்தாயா?
கண்ணீர் அருவி கலகலென ஓடிவர
உள்ளீரல் பற்றி உருகிக் கரைந்துவிட

கருகி அலமந்தாய்! கற்புநிலை நேர்கொண்டாய்!
பாடியதன் உட்பொருளைப் பழத்தை உரித்ததுபோல்
ஏட்டில் எழுதி எழில்வசந்த மாலையிடம்
தந்தாய்; வணிகமகன் தையல்நின் மெய்யெழுத்தை
நடிப்பென்றான்; கணிகையரின் நாடகந்தான் என்றானே!
யார்நடித்தார்? நீயா? நன்றியிலாக் கோவலனா?
சீர்கெடுத்தான் கைவிட்டான்; சிந்தையினை மொழியாக்கி
வந்ததொரு ஏட்டுக்கும்; 'வாணிபம்'போல் பேச்சுரைத்தான்!
என்னதுயர் கொண்டாயோ? எப்பாடு பட்டாயோ?
கள்ளி மலரிடையில் கனகமலர் போன்றாய்! நின்
உள்ளம் அறியான் உடல்கலந்தான்! இல்லையெனில்
சிந்தை உருகும் சிலை உருகும் நின் அன்பை
நிந்திக்க அன்னான் நெஞ்சம் இரும்பாமோ?
நீஇழைத்தாய் குற்றம்? நினக்கவனா மணவாளன்?
மாசறுபொன் னாரத்தை மாமிருகம் சூடுவதோ?
பெறமுடியா ஒன்றைச் சுலபத்திற் பெற்றதனால்
வரமுடியா வார்த்தையெலாம் வந்ததுகோ வலன் வாயில்
தன்னை அறியாது தாசியரின் வீடுகளில்
பொன்னைக் கொடுத்துப் போவதுதான் புவிவழக்கம்!
நின்னை யறியாமல் நின்னருகில் அவனிருக்கத்
தன்னை யறியாமல் தளிர்க்கொடி நீ பாழானாய்;
என்ன இளமனது! எவ்வளவு நல்லகுணம்!
உன்னைக் 'கணிகை'எனில் உலகமே கணிகைமயம்!
பொன்னைச் சருகென்றால் புவியெல்லாம் சருகலவோ?
ஆடல் அழகே! நினக்கிழைத்த அநியாயம்
கூடித் திரண்டு குறைகேட்ட காரியந்தான்,
கூடல் நகரின் கொலைநிகழ்ச்சி! எண்ணுங்கால்
கோவலனைக் கொன்றதுதான் குறையாத நீதிஎன்பேன்!

‘புணர்ந்து நெடுங்காலம்’ போகித் திருந்தபின்னர்
தளர்ந்து மனையாளைத் தனியே நிறுத்திவிட்டு
நின்னை அடைந்து நீளிரவின் சுவையறிந்து
பின்னர் கதைமாற்றிப் பிரிந்தான்; தன் வாழ்நாளில்
காமந் தலையாகக் கண்மூடிக் கிடந்தவனை
வெட்டி எறியாமல் மெய்தழுவி யார்மகிழ்வார்?
இருபாலும் குற்றம் இழைத்தான்; அவன்பின்னர்
ஒருபால் உயர்த்தி உனைமறந்தான் நல்லிளங்கோ!
கண்ணகியின் கற்புக்குத் தாய்க்கற்பு நின்கற்பு!
கைப்பொருளை அவனிழக்கக் காரணமே நீயென்று
சொல்வார், பொருளறியார்! தூயவளே! வாணிபத்தை
எண்ணா திருந்தான் ஏழைமைக்கு ஆளானான்!
வரவின்றிச் செலவுசெயும் வணிகருக்கு இதுஇயற்கை!
‘வாணிபத்தைப் பார்த்து வருகின்றேன்’ எனக்கூறிப்
போக முயன்றிருந்தால் பூவைநீ மறுப்பாயா?
கெட்டமகன் தன்செயலால் கெட்டான்; சிலம்பெடுத்து
விற்றுவரப் போகாமல் விரைந்து உனைநாடிப்
பொருள்கேட் டிருந்தானேல் போதுமெனும் அளவுக்குத்
தந்திருப்பாய்! செய்தானா? தண்டனைக்கே சென்றான் ஆம்!
மறுமுடங்கல் கண்டான்; மனமறிந்தான் என்பதனால்
வண்ண மணிவிளக்கே! மகிழ்ந்தாய்நீ! அப்பப்பா!
தும்பைப்பூ உள்ளம்! தூய்மை பிறந்த இடம்!
மேகலையைப் பார்த்து மெய்சிலிர்த்து, ‘கோவலனின்
ஓவியமே’ என்றாய்! உயிர்கலந்தாய்! அன்னவளைத்
துறவுபெறச் செய்தாய்! துல்லியமாய் வாழவைத்தாய்!
கண்ணகியின் மகளென்றாய் கனிந்தாய்; கலைமறைந்தாய்!
மாலையிட்டு வாழ்ந்து, மகிழ்ந்து கணவனவன்
போனவுடன் வாடிப் புகைந்து திரும்பியதும்

காற்சிலம்பு தந்து கால்வலிக்க மதுரைவரை
வந்து வழியனுப்பி, வாசல்வழி பார்த்திருந்து
மாண்டான் எனக்கேட்டு மான்விழியில் தீப்பறக்க
மதுரை எரிந்ததெலாம் மாச்செயல்தான்; கண்ணகியின்
பெருமை பெரியதுதான்! என்றாலும் பேரழகே!
பத்தினியர்க் கான பழக்கந்தான் இது! புதுமை
எட்டுணையும் இல்லை! இட்டார்க்குத் தொட்டார்க்குப்
பட்டாடை மாற்றிப் பள்ளிக் கழைத்தேகும்
குலத்திடை வந்தவள்நற் குலவிளக்காய் வாழ வதுதான்
அழியாப்பெருமை! இதை அடைந்தவள்நீ யல்லால்யார்?
செத்தார்க்குச் செத்த தென்பாண்டி மாதேவி
நின்பெருமை தான்பெறவே நீறானாள்! வேறென்ன?
பூவே! கொடியே! பொற்பரசே! கற்பமுதே!
பெருந்தேவி கண்ணகியைப் பின்போகச் செய்துவிட்டு
வருந்திருவே! உன்னை வாழ்த்தி வணங்கிடுவோம்!
கோயிலிலே வைத்துக் கும்பிடுவோம்! எந்நாளும்
தாயென்று கூறும் தமிழ்!

பாரதியைக் கண்டேன்!

வானவெளி வீதியிலே
பாரதியைக் கண்டேன்
வைத்தவிழி வாங்காமல்
பார்த்தபடி நின்றேன்;
மோனவெளி வீதியிலே
மூச்சடங்கி நின்றான்,
மூன்றுதமிழ் ஆய்ந்தகவி
முன்நடந்து சென்றேன்.

கூனலிளம் வெண்ணிலவின்
குளிர்முகத்து நடுவே
குத்துகிற மீசையையும்
கூர்விழியும் கண்டேன்;
தேனமுதப் பாவலனின்
சிந்தைமிடை ஏதோ
தீராத துன்பநிலை
சிந்துவதைக் கண்டேன்.

(வேறு)

யான்:-

ஏடா பாரதி! என்னடா சுகமா?
என்ன சிந்தனை? எதிலே நாட்டம்?

பாரதி:-

வாடா தம்பி! வாழ்கநீ பாண்டியா!
வாட்ட முகத்தின் நாட்டம் கேட்டியோ?
பாடா இயற்கை பாடுதல் கேட்டுப்
பாடிப் பாடிநான் படைத்தவை பற்பல!
வாடா மலர்களை வழங்கினேன்; எனினும்
வாடி வாடிநான் மறைந்ததை அறிவாய்!

இன்று மண்படம் எழிலுறக் கட்டுவர்
இருப தாயிரம் பேர்கள் திரட்டுவர்
கொன்று போட்டுஎன் பிணத்தினி லேறுவர்
கொட்டு முரசெனப் பாடல்கள் பாடுவர்
அன்று சோற்றுக் காதர வானவர்
ஆரு மில்லை! அடாஇவர் உன்னையும்
தின்று தீர்த்தபின், தேமது ரத்தமிழ்
செய்த வன்எனத் திருவிழாக் கூட்டுவார்!

இந்த மூடரின் ஏற்ற முரைத்தயான்
ஏர்பி டித்தொரு நிலத்தை உழுதனோ?
மந்த புத்தியில் மன்னவர் நந்தமிழ்
மாந்தர்! தம்பி! நீ இவர்களை நம்பியே
சொந்த வாழ்வினைத் துறந்தொரு காரியம்
துளியும் செய்ய வேண்டுவ தில்லைகாண்!
எந்த நாளிலும் தமிழன் என்பவன்
இளித்த வாயனாய் இருப்பதே புண்ணியம்!

வாழ்ப வர்க்குச் சோறுத ராதவன்
மாண்ட வர்க்கு மண்டபம் கட்டுவோன்
ஆள்ப வர்க்குத் துதிபல பாடுவோன்
அச்ச மென்பதன் அரும்பெறல் மைந்தனாம்

சூழ்க டற்புவி தனை இவன் முன்னையர்
துளைத்த காதையைச் சொல்வத லாலொரு
வாளெ டுக்கும் திறனுமில் லாதவன்
வம்பெ தற்கென ஒதுங்கியே செத்தவன்!

அன்றி லங்கையை ஆயிர மாயிரம்
ஆனை தானைகள் வென்றதைச் சொல்லுவான்!
இன்றி லங்கையில் ஆதர வற்றவன்
இன்ன வன்துணைத் தம்பிய ரல்லரோ?
இன்னும் இந்தத் திசைகள் எட்டினும்
இழிந்தி ருப்பவன்; தமிழர் திருமகன்
வென்றி கொண்ட வீரனின் பிள்ளையாம்!
வீணர் சொன்ன பொய்மைக் கதையடா!

இருவர் சேர்ந்தங் கொருவரை மற்றவர்
ஏற்றப் பாடும் 'பரஸ்பர முகஸ்துதி'
தரும மானது தமிழரின் நாட்டினில்!
தம்பி நீ இவர் தலைகவிழ்ந் தாரெனப்
பொருமிச் சாவதும் போர்செயச் சொல்வதும்
பொருத்த மற்றது! (உ)ன் பெற்றவர் உற்றவர்
கரும மட்டும் கணக்கினி லேற்றுவாய்
கண்கள் மூடுமுன் கவலைகள் மாற்றுவாய்!

யான்:

சோர்ந்து கூறும் சொற்களோ பாரதி?
தூய தேன்தமிழ்ப் பாவினம் பற்பல
ஆய்ந்து வைத்தவன், அன்னையின் நாட்டினர்
அடிமை தீர்த்திடும் போர்முர சானவன்
வேய்ந்த கூரையாய் வெள்ளொளிக் கைகளால்
வீர நாட்டினைக் காக்கத் துடித்தவன்

தேர்ந்த பாவலன் செந்தமிழ்ச் சாரதி
 சிந்தை நொந்தியோ செப்படா பாரதி!

பாரதி:

ஆற்று வாரிலை தேற்று வாரிலை
 அலறு நெஞ்சினை மாற்று வாரிலை!
'காற்றி லேறிஅவ் விண்ணையுஞ் சாடு'வோன்
 கடல்க டந்த நாடுகள் பலவினும்
தூற்று கின்ற உமியெனப் பறப்பதும்
 சொந்த நாட்டில் அரசி லிருப்பவர்
சோற்றி லான பிண்டங்க ளாயவர்
 துயரை நீக்க வழியிலா திருப்பதும்,

கண்டு கண்டு வேகிறேன்! தம்பி! இக்
 காத கர்தமை நம்பிஎன் பிள்ளைகள்
துண்டு துண்டாய் வீழ்கிறார் பாரடா!
 சூழி லங்கை நாட்டினைப் பாரடா!
அண்டை யுள்ள நாட்டினில் சாகிறான்!
 அண்ண னோவெறும் மாடுபோல் நிற்கிறான்.
கண்ட துண்டோ எங்கணும், இத்தகு
 கைகளற்ற கோழையர் குழுவினை?

ஆங்கி லர்க்கு வேறொரு நாட்டினில்
 அவதி நேர்ந்ததென் றறிந்த வேளையில்
வீங்கு தோளுடன் ஆங்கில நாட்டினர்
 வேலெ டுத்துப் பாய்வரே! தம்பிநீ
ஓங்கி நின்ற தமிழரின் பிள்ளையாய்
 உடலெ டுத்தும் என்னடா புண்ணியம்?
பாங்கி லாதவன் பகுத்தறி வற்றவன்
 பைந்த மிழ்த்திரு நாட்டினை ஆள்கிறான்!

எண்ண எண்ணத் துடிக்கிற தேயடா
    எந்த நாட்டினில் இந்த அநீதியை
மண்ணில் வீழ்ந்த மழையெனப் போற்றுவர்?
    மடையர்! சீச்சீ! தமிழ ராஇவர்?
புண்ணை உண்டு புன்பசி ஆற்றிடும்
    புல்ல ரென்று சொல்வதே மெய்ப்பொருள்!
'கண்ணை விற்றுச் சித்திரம் வாங்கி'டும்
    கல்வி யற்றவர் தாயகம் தென்னகம்!

(வேறு)

பாரதி உரைத்த இந்தப்
    பாடலைக் கேட்டேன்! நெஞ்சின்
வேரதிர்ந் ததடா! எங்கள்
    வியன்தமிழ் நாடே உன்னைப்
'பாரத'ப் பூசை செய்யும்
    பாவிகள் கையி னின்று
கூறுபோட் டெடுத்தா லன்றிக்
    குறையற வழியே இல்லை!

பாரதியும் பாரதிதாசனும்

களைமண்டிக் கிடந்த கனித்தமிழ் மொழியைக்
களைநீக்கி வடித்த கவிஞன் பாரதி!
களைநீக்கித் தந்த கழனியிற் பலவாய்
கனிக்காடு கண்டவர் பாரதி தாசன்!

இருள்சூழ்ந் திருந்த இவ்வைய முழுதும்
எழக்கதி ரான இளைஞன் பாரதி!
எழுந்த கதிர்முன் மானிடச் சாதிக்கு
இரத்தம் ஊட்டினர் பாரதி தாசன்!

ஆதி பத்திய வேரறுக் குந்திறன்
ஆக்கித் தந்த வல்லவன் பாரதி!
அந்த வேரை அறுத்தபின் மறுவோ்
அண்டாது காத்தவர் பாரதி தாசன்!

நிலைகுலைந் திருந்த நெஞ்சினைத் தூக்கி
'நில்'லெனச் சொன்ன வல்லோன் பாரதி!
நிற்க வைத்த நெஞ்சினைத் தட்டி
நிலைக்க வைத்தவர் பாரதி தாசன்!

'எங்கள் நாடு எங்கள் மொழி' யென
இயம்புந் திறனைத் தந்தவன் பாரதி!
இயம்ப மறுத்து ஏளனம் செய்தோர்
எலும்பை முறித்தவர் பாரதி தாசன்!

முன்னவர் சொன்ன பண்பா டனைத்தும்
முறையாய்த் தந்த மூத்தவன் பாரதி!
முறையாய்த் தந்ததை வகைவகை யாக்கி
முளைக்க விட்டவர் பாரதி தாசன்!

செந்தமிழ் மலரின் தேனுண்ண வாசலைத்
திறந்து விட்ட தலைவன் பாரதி!
திறந்த வாசலின் வழிப்புறம் மாடுகள்
செல்லாது காத்தவர் பாரதி தாசன்!

வகுத்தவன் முன்னோன்; காத்தவன் பின்னோன்!
வாழும் தமிழின் காவலர் இவர்கள்!

(வேறு)

பாருக்குள் ளேசம தர்மமும் – ஒன்றிப்
    பற்றுஞ்ச கோதரத் தன்மையும் – சொல்லி
யாருக்குத் தீமைசெய் யாமலே – என்றும்
    அன்பு கொளுந்திறந் தந்தவன் முன்னோன்!

"உண்மையின்பேர் தெய்வம் என்போம்– அன்றி
    ஓதிடும் தெய்வங்கள் பொய்யெனக் கண்டோம்
உண்மைகள் வேதங்கள் என்போம்– பிறி (து)
    உள்ள மறைகள் கதையெனக் கண்டோம்!

கடலினைத் தாவும் குரங்கும் – வெங்
    கனலிற் பிறந்ததோர் செவ்விதழ்ப் பெண்ணும்
வடமலை தாழ்ந்தத னாலே – தெற்கில்
    வந்து சமன்செயும் குட்டை முனியும்,

நதியினு ளேமுழு கிப்போய் – அங்கு
    நாகர் உலகிலோர் பாம்பின் மகளை

விதியுறவே மணம் செய்த - திறல்
வீமனும் கற்பனை'' என்றவன் முன்னோன்!

அன்னவன் கைகளிற் பட்டால் - பிள்ளை
அழுத கண்ணீரிலும் உதிரங் கொதிக்கும்!
கன்னியர் நன்னெறி வீழ - மறம்
காட்டு பவர்க்கவன் காட்டு விலங்காம்!

காதலி னாலுயிர் தோன்றும் - இங்கு
காதலி னாலுயிர் வீரத்தி லேறும்
காதலி னாலறி வெய்தும் - இங்கு
காதல் கவிதைப் பயிரை வளர்க்கும்!''

பாரதி சொன்னத னாலே - காதல்
பாட்டர்கள் நெஞ்சிலும் ஏறுந்தன் னாலே!
பாரதி தாசனும் சொன்னார் - எனின்
பாரதி சொன்னதன் பின்பவர் சொன்னார்!

பிள்ளை கனியினைக் காட்டி- இன்பம்
பெற்றவன் மற்றவர் பெற்றிடத் தந்தான்!
வெள்ளை மனத்தொரு பெண்ணின் - நெஞ்சில்
வீழ்ந்தவன் நமையும் வீழ்ந்திடச் செய்தான்!

கற்பனை வாழ்விது மாயம் - எனக்
காட்டிய சாமிகள் சாத்திரச் சாயம்
விற்பனன் பாரதி சொல்லில் - கெட
வீழ்வது தான் அவன் காவிய மாயம்!

நிற்பது ஊர்வது யாவும் - இந்த
நீணிலத் துள்ளநல் லின்பங்கள் யாவும்
அற்புதச் சிந்தனை யாவும் - நிலை
ஆவதில்லை என்ற சூதரைக் கொண்டா!

சோலை மரங்க ளனைத்தும் - தினம்
தோன்றுவ தேயொரு விதையினி தென்றால்
சோலைகள் பொய்யென லாமோ - இதைச்
சொல்லொடு சேர்ப்பவர் மூடர்க ளன்றோ?

''பெண்ணுக்கு ஞானத்தை வைத்தான்- புவி
பேணி வளர்த்திடு மீசன்!
மண்ணுக் குள்ளேசில மூடர் - நல்ல
மாத ரறிவைக் கொடுத்தார்!''

எண்ணித் துடித்தவன் சொன்னான் - ''கண்கள்
இரண்டினி லொன்றைக் கெடுத்திட லாமோ?
பெண்க ளறிவை வளர்த்தால் - வையம்
பேதைமை யற்றிடும்! - ஆம்; இது உண்மை!

பாரதி பாரதி தாசன் - இரு
பைந்தமிழ்ப் பாவலர் தம்மிடை யேயும்
பாரதி பல்லவி சொன்னான் - தாசன்
பாக்கியைப் பாடித்தன் பாட்டை முடித்தான்!

பாரதி பாட மறந்த - ஒரு
பக்கம் திராவிட நாட்டின் எழுச்சி
யாரதைப் பாடிய வீரன்? - வேறு
யாரவன், பாரதி தாசனல் லாமல்!

இன்றைய மாந்தரின் எண்ணம் - நன்(கு)
ஏற்றமு றத்தந்த பாரதி தாசன்
பின்றைய நாளில் தனக்கே - ஒரு
பேரிடம் தந்தனன் மூடுதற் கில்லை!

பெண்கள் விடுதலை காதல் - திறம்
பேசுந் தமிழன் கனிரசம், இன்பம்

மண்ணில் அனைவரும் ஒன்றே - என
வாழ்த்தும் புதுக்குரல் வாழ்க்கையின் நீதி!

சாத்திரம் பொய்யெனும் சூது - தண்டச்
சாகசப் பார்ப்பனர் செய்கையின் மீது
ஆத்திரங் கொள்ளும் குணங்கள் - இவை
யாவிலும் பாரதி மூத்தவன் என்பேன்!

இந்த வகைகளில் ஒன்றை- தாசன்
எப்படிப் பாடி எழில்தந்த போதும்
'தந்தையர் பாரதி' என்றால் - அவன்
தாச னுரைத்தது தானிந்த வார்த்தை!

நான் தெய்வத்தை நம்புகிறேன்

பண்டார மாகவில்லை; பட்டையிட்டுக் கொள்ளவில்லை!
பெண்டோடு பிள்ளைகளைப் பெருமாய மாக்கவில்லை!
வண்டாடும் மென்மலரும் வாடுமெனப் பேசவில்லை!
வெள்ளாடை யிற்புழுதி விளைகாவி கட்டவில்லை!

பூசுவது வெண்ணீறாய் புத்திகெட்டுப் போகவில்லை!
ஈசுவரன் சந்நிதியில் ஏங்கிஉளம் வாடவில்லை!
பேசுவ தெலாமவனின் பெயராகக் கொள்ளவில்லை!
ஆசைமலம் நீக்கிவிட்டே ஆரணங்கைத் தேடவில்லை!

தேவாரம் பாடவில்லை; திருப்புகழை நாடவில்லை!
பூவாரம் காய்பழத்தில் பூசைசெய ஓடவில்லை!
ஆவாரும் அழிவாரும் ஆண்டவனின் பொம்மைஎனப்
பாவாரம் சூட்டிவிட்டுப் பைங்கிளியைக் கூடவில்லை!

கோவிற் படியேறிக் குளங்களிலே முக்குளித்து
நாவிற் கொடுமைஒரு நாழிகையில் நூறுகொலை
பாவச் செயல்களுக்கோர் பாடம் வகுத்துவரும்
தேவாக்கள் போலேநான் தெய்வத்தை நம்பவில்லை!

கைகொடுப்பான் ஓர்கடவுள், கண்துடைப்பான் ஓர்கடவுள்,
பொய்யறுப்பான் ஓர்கடவுள், புன்னகைப்பான் ஓர்கடவுள்,
மெய்வளர்ப்பான் ஓர்கடவுள், மிஞ்சுதமிழ் இன்பமெனும்
செய்விளைப்பான் ஓர்கடவுள், தீக்குளித்த பத்தினியே!

கண்ணில நிறைகடவுள்; களத்தில் உயிர்விடுத்த
புண்ணியனும் ஓர்கடவுள்; பூந்தமிழை மாய்த்துவரும்,
எண்ணிய சாதிகளை எதிர்த்தடிப்பான் ஓர்கடவுள்!
வண்ணமிகும் இக்கடவுள் வரிசையைநான் நம்புகிறேன்!

தெய்வம் எனும்பெயரைத் தேடிவைத்த ஏடுகளும்
தெய்வக் குணங்களுக்குச் சித்திரித்த வாக்கியங்கள்
பொய்கொடுக்கும் பொருளெனவே போதிப்ப தாரறியார்?
கையொடித்த பக்தர்களே கடவுணெறி கொன்றுவிட்டார்!

வகுத்தான் ஒழுங்குமுறை வளர்த்தான் கெடுத்துவிட்டான்
புகுந்துந் திறமையினார் பொருள்மாய்த்துப்
போட்டுவிட்டான்
ஏங்காமல் காப்பதற்கே இயல்பெடுத்த தெய்வமெலாம்
தேங்காய்க்குக் காத்திருக்கச் செய்துவிட்டார் பூசுரர்கள்

அணியான நேர்வழியை ஆக்கவந்த ஆண்டவனை
மணியோசை கேட்டிருக்க வைத்துவிட்ட பக்தரெலாம்
தெளிவான உண்மையுடன் தெய்வநெறி சொல்பவரை
அழிவான நாத்திகத்தின் ஆளாக்கிக் காட்டுகிறான்!

கோயிற் படிமிதிப்பான் கொண்டிருக்கும் பக்தியினும்
வழியில் வழிநடவான் வைத்தபக்தி மிக்குயரும்!
தாயைக் கதறவிட்டுச் சாமியடி பார்த்திருப்பான்
தாயணைக்கும் பேரறிவைச் சாடுவதோ பக்திவழி!

நெற்றியிலே திருநீறு நீண்டதொரு பின்குடுமி
புத்தியெலாம் சத்தியத்தின் புதைகுழிக்குத் தங்கநகை!
இத்தகைய தேவர்களின் இயல்பிழந்த வேடவழி
நித்தியத்தை நன்குணர்ந்த நேசவழி ஆவதில்லை!

நம்புகிறேன் தெய்வத்தை நானென்று கூறுகையில்
வெம்பிவிழும் மானிடரை மேலெடுப்பான் பேர்கூறி

தம்பி! இவருக்குச் சாமியென்றும் கூறிடுவேன்
அப்படித்தான் கலைவாணன் ஆனான் கடவுளென!

அவ்வழியில் மேற்போனால் அடுத்துவரும் தென்னாட்டில்
ஒவ்வொருநாள் ஒவ்வொருவர் உயர்கடவுளாய் வருவார்
அன்னவரை நம்புவதே ஆண்டவனை நம்புவதே
இன்னமுறை எந்நாளும் ஏற்கும் தமிழ்முறையாம்!

தென்னவரே! எங்கள் திராவிடரே! இவ்வழியே
முன்னமுள பக்திநெறி முடிக்குந் தமிழ்நெறியாம்!

வாரீர்! வாரீர்!
தமிழனைக் காப்போம்!

புறப்படும் படைஎனப் போர்க்குரல் கேட்டது!
பொங்கிய தோழர் உள்ளஞ் சிலிர்த்தது!
கரிப்படை பரிப்படை காலாட் படையெனச்
செருத்திறங் காட்டிய திராவிடர் வழியில்
சரித்திரங் காணத் தாவி எழுந்தார்!
தம்மை மறந்து புன்னகை பொழிந்தார்!

அன்னையர் கூட்டம் ஆர்ப்பரித் தெழட்டும்!
ஐந்து வயதுப் பிள்ளையும் வரட்டும்!
பொன்னிகர் மாதர் போர்க்குணம் பெறட்டும்!
புலவர் தமிழிற் புகழ்பா டட்டும்!
மாணவர் போரில் மாண்புகள் கொளட்டும்!
மடிவோர் யாவரும் இதில்மடி யட்டும்!
பட்டது மேனி படைத்தது புகழ்என(ச்)
சுட்டெரிப் போரும் சுற்றமும் அழட்டும்!
செத்தவன் படத்தைச் சிங்கா ரித்துத்
திருநா டுறைவோர் இருகை தொழட்டும்!

கத்துங் கடலுங் கடற்கரை மணலும்
முத்துத் தமிழும் மூவர் வழியும்
பின்னாள் திராவிட மின்னார் வயிற்றில்
பிறக்கும் மக்களும் பேர்உரைக் கட்டும்!

பூத்த மலர்கள் பொலபொல வென்று
காற்றில் உதிரும் கணத்தில் விழுவோம்!
இன்னவன் பிள்ளை இன்னவன் என்று
எதிர்வரும் காலம் ஏத்திப் புகழும்
புகழை நமது புதல்வர்கள் பெறட்டும்;
பூக்கும் திராவிடம் சிலைவடிக் கட்டும்!

கட்டி வந்தது கடுகள வில்லை
கட்டை விழுந்தால் காற்றும் கடுக்கும்!
நோயில் விழுந்து பாயிற் படுத்து
நொடிக்கொரு துன்பம் அடிக்கடி சாவென
நாளைக் கடத்தி நாமும் சாவதா?

இந்திப் போரிது எம்மரும் அன்னை
சிந்தும் கண்ணீர் தீர்த்திடும் போராம்!
சந்து சந்தாகச் சதைகூ றாகத்
தாக்கிய போதும் தளரா உள்ளம்
கொண்டவர் வாரீர்! இந்திப் பேயைக்
கொளுத்தும் போரில் குதித்திட வாரீர்!
தமிழன் பெற்ற தமிழர்க ளெல்லாம்
தலைகொடுத் தேனும் தமிழினைக் காப்போம்!

தமிழ்த் தலைவர் சிதம்பரநாதன்

சிரிக்கும் இதழும் தமிழிற் சிரிக்கும்
 சிந்தனை இதயம் தமிழ்சிந் திக்கும்
சுருக்கம் நுதலில் விழுந்தெழுங் காலை
 தொடரும் வியர்வில தமிழநதி பெருகும்
திறக்கும் கண்கள் தமிழாய்த் திறக்கும்
 திகழும் புருவம் தமிழ்வில் தொடுக்கும்
பிறக்கும் மொழியில் தமிழ்ப்பூ மலரும்
 பீடுறுந் தோற்றம் தமிழனைக் காக்கும்!

இட்டடி எல்லாம் இயற்றமி ழாக
 எடுத்தடி யாவும் இசைத்தமிழ் பாட
எட்டடி வேங்கையின் எழிலார் தோற்றம்
 என்றும் நாடகத் தீந்தமிழ் ஆய
பட்டத்தைக் கூறும் பாங்குடன் அன்பும்
 படைத்தவன் எங்கள் சிதம்பர நாதன்
ஒட்டிய தமிழை உடலொடுந் தூக்கி
 உருசிய நாட்டினில் விரித்ததைக் கேட்டோம்!

"உலகில் நாங்கள் மூத்தவர்; மொழியில்
 உன்னதக் கலைகள் எம்மருந் திறமை
இலகுங் காவியம் பலபல கண்டோம்;
 ஈரே ழாயிரம் ஆண்டினும் மிகவே
துலங்கிய மொழியில் தோன்றிய தமிழர்
 சொன்னவை கேட்டே பின்னவர் வாழ்ந்தார்

பலமொழி ஈன்ற பைந்தமி ழன்னை
 பாரெ"னப் பலர்முன் படைத்தது கேட்டோம்

பற்பல நாட்டின் பாவல ரிடையில்
 பண்புடைச் சிதம்பர நாதனின் குரலே
அற்புத முரசாய் அமைந்ததை எண்ணி
 அகத்திடை இன்ப மழையினைக் கண்டோம்
சொற்புல வோர்தம் தோள்விழு மலரை
 தூயவன் காலில் சூட்டிட விழைவர்!
விற்பனன் தமிழின் பெருமையைக் காத்தான்!
 விழிவழி வாழ்த்தி வரவேற் கின்றோம்!

(டாக்டர் சிதம்பரநாதன் அவர்கள், ரஷ்யாவில் நடைபெற்ற கீழைத் திசை மொழிகள் மாநாட்டில் பங்கெடுத்துத் திரும்பி வந்த செய்தியைக் குறித்துப் பாடியது.)

கவிஞர் எழுதிய

முதற் பாட்டு

காலை குளித்தெழுந்து
கருஞ்சாந்துப் பொட்டுமிட்டு
கருநாகப் பாம்பெனவே
கார்கூந்தல் பின்னலிட்டுக்
காத்திருந்தேன் உம்வரவை
கடைக்கண்ணால் பார்த்திருந்தேன்!
கண்ணில் தெரிந்திலைநீர்!
கனவுலகில் சஞ்சரித்தேன்!
அந்தி மயங்க
அடிவானம் செக்கரிட
அண்டை அறியாமல்
ஆண்டவன் நீர் ஓடிவந்தீர்!
தந்தையில் லத்திலில்லை!
தாயும்வெளிப் போயிருந்தாள்!
தகதகத்த உம்எழிலில்
தண்குணத்தாள் சொக்கிவிட்டேன்!
உம் அழகுக் கென்மனத்தை
ஒத்தியாய் வைத்தபின்னர்
உள்ளத்தைத் திடப்படுத்தி
ஓர்வார்த்தை கேட்டுவிட்டேன்!
'யார் நீங்கள்' என்றதற்கு
'ஆணழகன்' என்றிறுத்தீர்;

'அதைக்கேட்க வில்லை! உமை
அறிந்துகொண்டேன்; கண்டவுடன்
அத்தை மகன்போல
அவசரமாய் ஓடிவந்த
வித்தைதனைக் கூறி
விரைவில் வெளியேறு' மென்றேன்.
'கண்ணே' எனக்கூவிக்
கரத்தைப் பிடித்துவிட்டீர்!
கரம்பறிக்க எத்தனித்தேன்
காதல் தடுத்ததையோ!
கட்டிப் பிடித்தீர்
கனிமுத்தம் கொடுத்தீர்
காதற் களஞ்சியத்தைக்
கலவியினால் கட்டிவிட்டீர்!
பின்னர், பிரிந்த உமைப்
பேதை இன்னும் காணவில்லை!
ஒருநாளை இன்பமன்று
உருவாக்கி விட்டதையோ!
ஒன்றும் புரியவில்லை
உடன்வந்து காவீரோ!
சொல்லாலே கொல்லுகிறார்;
சோர்வு பொறுக்கவில்லை!
உற்றார் உளங்களிக்க,
ஊராரின் வாயடைக்க,
பெற்றோர் உடன்வந்து
பேதையெனைக் காவீரோ!

இங்ஙனம்,
காதலி

(1944ஆம் ஆண்டு ஏப்ரல் மாதத்துத் 'திருமகள்' இதழில் வெளி வந்தது இக்கவிதை.)